இறையருள் பெற்ற பொதிகைமலைச் சித்தர்கள்

திருமதி. ரெ. கோமதி லெட்சுமி

@

ஹேமா

INDIA · SINGAPORE · MALAYSIA

Copyright © R. Gomathi Lakshmi 2022
All Rights Reserved.

ISBN 979-8-88684-597-6

This book has been published with all efforts taken to make the material error-free after the consent of the author. However, the author and the publisher do not assume and hereby disclaim any liability to any party for any loss, damage, or disruption caused by errors or omissions, whether such errors or omissions result from negligence, accident, or any other cause.

While every effort has been made to avoid any mistake or omission, this publication is being sold on the condition and understanding that neither the author nor the publishers or printers would be liable in any manner to any person by reason of any mistake or omission in this publication or for any action taken or omitted to be taken or advice rendered or accepted on the basis of this work. For any defect in printing or binding the publishers will be liable only to replace the defective copy by another copy of this work then available.

சமர்ப்பணம்

எனதன்பு அம்மா

திருமதி. ரெ. வரலெட்சுமி ரெங்கராஜன்

அவர்களுக்கும்

எனதன்புக் கணவர்

தெய்வத்திரு. ரெ. ஸ்ரீகுமார் @ லெட்சுமி நாராயணன்

அவர்களுக்கும்

பதிணென் சித்தர்கள் காப்பு

காப்பான கருவூரார் போகநாதர்

கருணையுள்ள அகத்தீச சட்டைநாதர்

மூப்பான கொங்கணரும் பிரம்ம சித்தர்

முக்கியமாய் மச்சமுனி நந்தி தேவர்

கோப்பான கோரக்கரும் பதஞ்சலியார்

கூர்மையுள்ள இடைக்காடர் சண்டிகேசர்

வாப்பான வாதத்திற்கு ஆதியான

வாசமுனி கமலமுனி காப்புத் தானே

— ரோமரிஷி சித்தர்

பொருளடக்கம்

அணிந்துரை

பொதிகை மலைச் சித்தர்கள் என்கிற ஒரு ஆய்வு நூலினை வாசிக்கும் வாய்ப்பு கிடைத்தது. மிக முனைந்து ஈடுபாட்டுடன் உரிய தரவுகளுடன் இந்த நூலை எழுதியுள்ளார் திருமதி. கோமதிலெட்சுமி.

தமிழ் கூறும் நல்லுலகில் ஆன்மீக வழி நடப்பவர்களில் சித்த புருஷர்கள் மிக புதிரானவர்கள். இவர்களை புரிந்து கொள்வது என்பது கடலின் ஆழத்தை அறிய முற்படுவது போன்ற ஒரு செயல்.

இவர்கள் மட்டுமல்ல. இவர்கள் எழுத்துக்களாகிய பாடல்களும் பல பொருள் தரும் விதத்தில் அமைந்திருக்கும். மிக கடினமான மன அமைப்பும், வாழ்வு போக்கும் உடையவர்கள் இவர்கள்.

இந்த உலகில் வாழ்ந்திடும் ஆசாபாசமுள்ள மனிதர்களின் வாழ்வியலோடு இவர்களை ஒப்பிட்டால் பெரிதும் வியப்பே மேலிடும்.

ஆடையே அணியாத திகம்பரர்கள் முதல், ஒரு கோவணத்துடன், புதர் போல் முடியை வளர்த்துக் கொண்டு சாக்கடை ஓரத்திலும், மரத்தடிகளிலும் எனக்கென்ன என்றும் கிடப்பார்கள்.

நாம் பொருட்படுத்தும் மதிப்பு, மரியாதை போன்ற விஷயங்கள் இவர்கள் வரையில் மிக துச்சமான ஒன்றாகும்.

ஆனால் நம் போல மனச்சலனங்களும், வருத்தப்பாடுகளும் வேதனைகளும் துளியும் இல்லாதவர்கள் இவர்கள்.

பேறாம் பிரமானந்த மடைந்தேன் சித்தன்

பிரம்ப முப்பை கண்டவனே தவசிரேஷ்டன்

கூரான வாசி மறித்தவனே சித்தன்

குறி கண்டு மாயை வென்றவனே முத்தன்

பூராயம் தெரிந்தவனே கிரியை பெற்றோன்,.

பூவுலகில் வசித்தவனே சரியை மார்கள்

நேரான தீட்சை பெற்றோன் சிவமுத்தன்

நிறை சிவயோகம் புரிந்தோன் ஞானியாமே

என்று சித்த ஞானியார் தன்மையை கோரக்கர் ஒரு பாட்டிலே பாடியுள்ளார்.

அப்படிப்பட்ட சித்தர் பெருமக்களை தனித்தனியே நெருங்கிச் சென்று பார்த்து அவர்கள் பற்றிய செய்திகளை பகிர்ந்து கொண்டதோடு, அவர்கள் பாடல் வரிகளை மேற்கோள் காட்டி அவர்களை ஒரு புதிய கோணத்தில் பார்த்து இந்த நூலினை படைத்துள்ளார் திருமதி. கோமதிலெட்சுமி.

சங்க இலக்கியங்களில் இருந்தும், தொல்காப்பியம் முதலான இலக்கண நூல் துணை கொண்டும் இவர் உட்முறையை வடித்திருக்கும் பாங்கு போற்றுதலுக்குரியது.

சித்தர் சொல் விளக்கம் என்று தொடங்கி பொதிகை மலைச் சித்தர்களின் வாழ்க்கை வரலாற்றையும் அவர்கள் வாழ்ந்த இடங்கள், மற்றும் வாழுமிடங்கள் குறித்தும் சரளமான நடையில் இவர் எழுதியுள்ள பாங்கு போற்றுதலுக்குரியது.

அது போக சித்தர்களை கண்ட தத்துவங்கள் அவர்களின் மருத்துவங்கள், அவர்கள் குறித்த தற்கால நம்பிக்கைகள் என்று முக்கூறாக ஆய்வு செய்து அழகுற எழுதியுள்ளார்.

தனது ஆய்வுக்கு பக்க பலமாக இருந்த நூல்களின் பட்டியலையும் வெளியிட்டு அவர்களுக்கு நன்றியும் தெரிவித்துள்ள இவரின் இந்த நூல் முனைப்பு ஒரு தவத்திற்கு இணையாகும். எந்த ஒரு தவமும் வரமின்றி முடிந்ததில்லை. இவரின் இந்த தவத்திற்கும் வாசக உலகின் பரவலான ஆதரவுடன் சான்றோர்களின் ஆதரவும் நிச்சயம் கிடைக்கும் என்று நான் நம்புகிறேன்.

ஒரு கடின முயற்சி செய்து இந்த ஆய்வு நூலை மிக அழுத்தமாக படைத்துள்ள திருமதி. கோமதிலெட்சுமியை மனதார பாராட்டி வாழ்த்துகிறேன்.

தொடர்ந்து சித்தர்களின் பாடல்களில் கவனம் செலுத்தி அரிய கருத்தினை அதிலிருந்து எடுத்து வாசக உலகம் அறியும் விதமாய் மேலும் பல நூல்களை இவர் படைத்திட அந்த சித்த புருஷர்களை வேண்டுகிறேன்.

22.12.2021.   பணிவன்புடன்

மதுரை 3   (இந்திரா சௌந்தர்ராஜன்)

Dr. S. முத்துராமன்
எலும்பு முறிவு மற்றும் மூட்டு மாற்று
அறுவை சிகிச்சை நிபுணர்
பொதிகை கிளினிக், தென்காசி.

வாழ்த்துரை

இறையருள் பெற்ற பொதிகை மலை சித்தர்கள் நூல் இயற்றிய திருமதி. ரெ. கோமதிலெட்சுமி அவர்களுக்கு எனது வாழ்த்துக்களும் வணக்கங்களும். இத்தனை இளம் வயதில் இவ்வளவு பெரிய முயற்சி என்பது இறையருள் நிறைந்த ஒருவரால் தான் சாத்தியம். சங்க கால சித்தர்கள் முதல் நிகழ்காலத்தில் வாழும் சித்தர்கள் வரை அவர்களின் வாழ்க்கை முறையை மிக அழகாக எடுத்து கூறும் வகையில் உள்ளது இந்நூல். இறைநம்பிக்கை உள்ளவர்கள் அவசியம் படிக்க வேண்டிய நூல் இது. இதில் கூறப்பட்டுள்ள தகவல் களை சேகரிக்க ஆசிரியர் பெரும் முயற்சி எடுத்திருப்பது நூலை வாசிக்கும் போது ஏற்படும் பரவச நிலை மூலம் தெளிவாகத் தெரிகிறது. இவர்கள் இயற்றிய தமிழ் நேசம் என்னும் நூல் மற்றும் தமிழில் பல்சுவை விருந்து என்னும் நூல் மூலம் தமிழ் மீது இவருக்கு இருக்கும் காதலும் ஆளுமையும் தெளிவாக தெரிகிறது. ஆசிரியரின் முயற்சி வெற்றி பெற வாழ்த்துக்கள்.

— Dr. S. முத்துராமன்

ஆசிரியர் உரை

எல்லா அறிவு நிலைகளுக்கும், மெய்ப் பொருட் இயல்களுக்கும், சீர்திருத்தங்களுக்கும், புரட்சிகளுக்கும் அப்பாலுக் கப்பலாய் நின்று அவற்றுக்கெல்லாம் மூலமாய்த் திகழ்ந்தவர்கள் சித்தர்கள். நமக்குள் இருக்கும் இறைவன் அங்கிங்கெனாதபடி எங்கும் பிரகாசமாய் நிறைந்து இருப்பவன் என்பதை நன்கு உணர்ந்தவர்கள்.

இவர்கள் அட்டமா சித்திகளும் கைவரப் பெற்றவர்கள். ஆங்காரத்தினை உள்ளடக்கி ஐம்புலனையும் சுட்டறுத்து தமக்குள்ளிருக்கும் தன்னிகரற்ற சோதியைக் கண்டு தெளிந்து அனுபவித்து அறிந்தவர்கள். இதனைத் திருமூலர்,

"தன்னை அறிந்திடும் தத்துவ ஞானிகள்

முன்னை வினையின் முடிச்சை அவிழ்ப்பர்

பின்னை வினையைப் பிடித்து பிசைவர்

செந்நியில் வைத்த சிவனருளாலே"

என்கிறார்.

பதினெட்டு சித்தர்கள் என்ற பொதுவான மரபு கூறப்பட்டாலும் பல நூறு சித்தர்கள் இன்னும் இவ்வுலகில் உலவுகின்றனர். சித்தர்கள் மூடநம்பிக்கைகளையும், போலி சமய சடங்குகளையும், சம்பிரதாயங்களையும் ஆதரிக்கவில்லை. அறிவின் துணை கொண்டு நீண்ட ஆயுளுடன், ஆரோக்கியத்துடன் மக்கள் வாழ்வதற்கான வழிகளைச் சித்தர்கள் தமது நூல்களில் கூறியுள்ளனர்.

இயற்கையோடு இயைந்த நல்வாழ்வு வாழ மனித குலத்திற்குச் சில வழிவகைகளை தமது இலக்கியங்களில் இவர்கள் கூறியுள்ளனர். சரியான சரிவிகிதமான உணவுமுறை, உடற்பயிற்சி, பிராணாயாமம் போன்றவற்றையும் நடைமுறை வாழ்வில் மக்கள் பின்பற்றுதல் அவசியம். அப்போது தான் ஆரோக்கியம் மேம்படும். பொதிகை மலை சிறந்த மூலிகைகளின் இருப்பிடமாகவும், சித்தர்களின் தவத்திற்கும் ஏற்ற இடமாகவும் விளங்குகின்றது. மேலும், மனித உடல் ஸ்தூல உடல், சூக்கும உடல், காரண உடல் என்ற மூன்று நிலையில் உள்ளது. இந்த மூன்று நிலையிலும் ஏற்படும் பிணிகளை நீக்குவதற்குச் சித்தர்கள் நல்வழிகளை தமது பாடல்களில் எடுத்துரைத்துள்ளனர்.

மனிதருக்கு உள்ளே உள்ள "அதி அற்புத சக்தியை" உணர்ந்து கொண்டு தகுந்த பயிற்சியும் முயற்சியும் செய்து "மனிதனும் தெய்வமாகலாம்" என்ற உயர்ந்த நிலையை அடைவதற்கான நெறிமுறைகளையும், வழி வகைகளையும் வரையறுத்துத் தந்துள்ளனர். சித்தர்களின் ஜீவ சமாதி உள்ள கோயில்களுக்கு இன்றும் மக்கள் அதீத நல்ல நம்பிக்கையில் சென்று வழிபட்டு வருகின்றனர். 'சித்தர்களின் வாக்கு பொய்க்காது', 'சித்தர்கள் சிரஞ்சீவிகள்' என்ற சில நம்பிக்கைகளும் மக்களிடம் நிலவி வருகின்றன.

'அருளில்லார்க்கு அவ்வுலகம் இல்லை
பொருளில்லார்க்கு

இவ்வுலகம் இல்லாகி யாங்கு'

என்கிறார் திருவள்ளுவர்.

அருள் மற்றும் பொருட்செல்வம் என்ற இரண்டையும் சம அளவில் பெற சரியான வாழ்வியல் நெறிகளையும் வகுத்துத் தந்த நம் வாழ்வியல் முன்னோடிகள்.

"வேண்டிய வேண்டியாங்கு எய்தலால் செய்தவம்
ஈண்டு முயலப் படும்"

என்கிறார் திருவள்ளுவர்.

பலரும் வேண்டியவற்றை வேண்டியவாறே அடைவதற்காக தவத்தை செய்து வருகின்றனர். சித்தர்கள் தவத்திற்கு உரிய சில இடங்களை தாமே தேடி முயன்று கண்டுபிடித்து அமர்கின்றனர். காடுகள், மலைகள் போன்ற சில அமைதியான பகுதிகள் இவர்களால் தேர்வு செய்யப்படுகின்றன. மனம், வாக்கு, காயம் என்ற மூன்றாலும் எந்த ஜீவனுக்கும் தீங்கு செய்யாமல் இருப்பவரே 'சித்தர்' என்ற மேன்மையான நிலையை அடைய இயலும். குருவருளும், இறையருளும், சுய ஜாதகத்தில் பூர்வ புண்ணிய ஸ்தானம் நன்கு இருந்தாலும் தான் அந்த ஜீவனுக்கு சித்தர்களின் தொடர்பும், தரிசனமும் தொடர்ந்து பிறவி தோறும் கிடைத்துக் கொண்டே இருக்கும் என்பதும் மறுப்பதற்கில்லை.

'இறையருள் பெற்ற பொதிகைமலைச் சித்தர்கள்' எனும் இந்நூல் "பொதிகை மலைச் சித்தர்கள்" என்ற தலைப்பில் அமைந்த எனது கள ஆய்வின் மூலம் உருவான ஆய்வேட்டினை அடிப்படையாகக் கொண்டு எழுதப்பட்டது. இவ்வாய்வுப் பணி நன்னெறியில் அமைய அருள் கூர்ந்த எல்லாம் வல்ல இறைவனுக்கு முதற்கண் என் நன்றியைச் சமர்ப்பிக்கிறேன்.

இவ்வாய்வினைப் பாடத்திட்டமாக அமைத்து ஆய்வினை மேற்கொள்ளத் தூண்டுதலாக அமைந்த பராசக்தி மகளிர் கல்லூரி முதல்வர் திருமதி. சு. ஜலஜா எம்.ஏ., அவர்களுக்கும், தமிழ்த்துறைத் தலைவர் பேராசிரியர் முனைவர். திருமதி. அ. பிரேமா அவர்களுக்கும் என் மனமார்ந்த நன்றியைத் தெரிவித்துக் கொள்கிறேன்.

"பொதிகை மலைச் சித்தர்கள்" என்னும் தலைப்பில் அமைந்த இவ்வாய்விற்கான கருத்துக்களை நெறிப்படுத்தித் தந்த எனது பேராசிரியர் முனைவர். இரா.கஸ்தூரி அவர்கட்கும் எனது உளமார்ந்த நன்றியைத் தெரிவித்துக் கொள்கிறேன்.

கள ஆய்வுக்குச் செல்லும் போதெல்லாம் உடன் வந்து உதவிய எனது தந்தை திரு.நா.ரெங்கராசன், தாய் திருமதி. ரெ.வரலட்சுமி அவர்கட்கும் மற்றும் ஆய்வுத் தரவுகளைச் சேகரிக்க உதவிய எனது சகோதரர்கட்கும், அறிஞர் பெருமக்களான திரு.மிஸ்டிக் செல்வம், திரு. சிவராமகிருஷ்ணன், திரு.குளத்துமணி ஜோதிடர், திரு. செல்லத்துரை, திருமதி.சண்முகத்தாய் செல்வநாதன் மற்றும் செல்வி.அருள்மனோகரி போன்றோருக்கும் எனது நன்றியை உரித்தாக்குகின்றேன். தரவுகளைத் தந்து உதவிய பிற தரவாளர்கட்கும் என் நன்றியைத் தெரிவித்துக் கொள்கிறேன்.

மேலும் எனது 'இறையருள் பெற்ற பொதிகைமலைச் சித்தர்கள்' என்ற இந்நூலை சிறப்பாகவும், செம்மையாகவும் பதிப்பித்துத் தந்த பதிப்பகத்திற்கும், அதற்கு உதவி புரிந்த திரு. பண்டிட் சித்தார்த் நாராயணன் அய்யா அவர்களுக்கும், இந்த நூலுக்கு அணிந்துரை எழுதித் தந்த திரு. இந்திரா செளந்தர்ராஜன் அய்யா அவர்களுக்கும், வாழ்த்துரை வழங்கிய எலும்பு மருத்துவர் திரு. எஸ். முத்துராமன் அவர்களுக்கும் எனது நெஞ்சார்ந்த நன்றிகளையும் அன்பையும் உரித்தாக்குகின்றேன்.

வாழ்க வளமுடன் தமிழ் கூறும் நல்லுலகம்.

அன்புடன்

திருமதி. ரெ. கோமதி லெட்சுமி (எ) ஹேமா

முன்னுரை

பாரத நாட்டின் தெற்கேயுள்ள பொதிகை மலை தமிழகத்தின் சிறப்பம்சங்களுள் ஒன்றாக விளங்குகின்றது. தமிழ் இலக்கியங்களில் பொதிகை மலை சிறப்பிக்கப்பட்டுள்ளது. பொதிகை மலையையச் சித்தர்களின் இருப்பிடமாகச் சித்தர் நூல்கள் குறிப்பிடுகின்றன. மனத்துக்கண் மாசற்ற மனிதன் தெய்வ நிலையை அடைவதற்குரிய வழி வகைகளையும், நெறிமுறைகளையும் வகுத்து தந்தவர்கள் சித்தர்கள். ஆதி குருவான அகத்தியரைத் தலைவராகக் கொண்டு பொதிகை மலையில் பல்வேறு சித்தர்கள் தவமியற்றியுள்ளனர். பொதிகை மலைச் சித்தர்களின் தத்துவம், மருத்துவம், சித்தர்களின் வாழ்க்கை முறை மற்றும் சித்தர்களைப் பற்றிய தற்கால மக்களின் நம்பிக்கைகள் போன்றவற்றை ஆராய்ந்தறிவதே இந்நூலின் நோக்கமாகும்.

நூலின் முதன்மை மூலங்களாகப் பொதிகை மலைச் சித்தர்கள் பற்றிக் கள ஆய்வில் கிட்டிய தகவல்களும் இலக்கியச் சான்றாதாரங்களும் அமைகின்றன. துணை மூலங்களாக, சித்தர்கள் குறித்த ஆய்வுக் கட்டுரைத் தொகுதிகளும், பிற அறிஞர்களின் கருத்துக்களும் அமைகின்றன.

தமிழ் இலக்கியங்களில் குறிப்பாகத் தொல்காப்பியம், சங்க இலக்கியங்கள், சைவத் திருமுறைகள், பிற பக்தி இலக்கியங்கள், சித்தர் பாடல்கள் போன்றவற்றில் 'சித்தர்' என்ற சொல் பெறும் விளக்கம் குறித்த செய்திகள் இந்நூலில் விளக்கப்பட்டுள்ளன.

சித்தர்கள் காலம் கடந்து வாழும் இரகசியம் அறிந்தவர்கள். எனவே, இவர்களின் வாழ்க்கை வரலாற்றைத் தெளிவாக

உறுதியாக எவராலும் எழுத முடியாது என்பது குறிப்பிடத்தக்கது. பொதிகை மலைப் பகுதியில் முன்பு வசித்த ஆதிகுரு அகத்தியர், புலத்தியர், கோரக்கர், காலங்கி, மச்சமுனி, கொங்கணர் போன்ற ஒரு சில சித்தர்களின் வாழ்க்கை வரலாறு சித்தர்களைப் பற்றி எழுதிய ஒரு சில அறிஞர்களின் நூல்களிலிருந்து கிட்டிய தகவல்கள், கதைகள்ஆகியவற்றின்அடிப்படையில்விளக்கப்பட்டுள்ளது.

பொதிகை மலையில் வசித்த அகத்தியர், கொங்கணர், புலத்தியர் போன்ற சித்தர்கள் குறிப்பிடத்தக்கவர்கள். இவர்கள் ஆசிரமங்கள் பலவற்றை அமைத்து மூலிகைகளை ஆராய்ந்துள்ளனர். சித்தர்கள் பலர் பொதிகை மலைப் பகுதிகளில் முன்பு வாழ்ந்த ஒரு சில இடங்களைப் பற்றியும், தற்போது ஜீவ சமாதி கொண்டு மக்களுக்கு அருள் பாலித்து வரும் ஒரு சில இடங்களைப் பற்றியும் இதில் விளக்கப் பட்டுள்ளன.

'சித்தர்கள் ஒன்றே பரம்பொருள்' என்ற கருத்துடையவர்கள். சாதி, சமய, இன பேதமற்ற சமுதாயத்தினைப் படைக்க வழி வகைகளைக் கூறியவர்கள். மனிதனை மனிதனாக மதிக்கும், மனிதனை தெய்வ நிலைக்கு உயர்த்தும் தத்துவங்களை விளக்குவதாக 'சித்தர்கள் கண்ட தத்துவம்' அமைகின்றது.

பழமையான சித்த மருத்துவத்தில் பல சிறப்புமிக்க அம்சங்கள் நிறைந்துள்ளன என்பதை விளக்கியவர்கள் சித்தர்கள். பொதிகை மலையில் உள்ள பல்வகையான 'ஞான மூலிகைகளை' ஆராய்ந்து பல பயனுள்ள சிகிச்சை முறைகளை மக்களுக்கு எடுத்துரைத்தனர். இவர்கள் கூறிய ஒரு சில மருத்துவ முறைகளைப் பற்றி 'சித்தர்கள் கண்ட மருத்துவம்' உரைக்கின்றது.

சித்தர்களுடன் அனைத்து தரப்பு மக்களும் (ஆண், பெண்) முழு அன்பும் நம்பிக்கையும் கொண்டு மனஉறுதியுடன் தொடர்பு கொள்ள முடியும் என்ற நம்பிக்கை

மக்களிடையே நிலவி வருகின்றது. 'சித்தர் வாக்கு பொய்க்காது; சித்தர்கள் சிரஞ்சீவிகள்' போன்ற பல வகையான நம்பிக்கைகளைப் பற்றி விளக்குவதாக 'சித்தர்களைப் பற்றி நிலவும் தற்கால நம்பிக்கைகள்' என்ற ஆறாம் இயல் அமைகின்றது.

மக்களிடையே நிலவி வருகின்றது. 'சித்தர் வாக்கு பொய்க்காது; சித்தர்கள் சிரஞ்சீவிகள்' போன்ற பல வகையான நம்பிக்கைகளைப் பற்றி விளக்குவதாக 'சித்தர்களைப் பற்றி நிலவும் தற்கால நம்பிக்கைகள்' என்ற ஆறாம் இயல் அமைகின்றது.

1. 'சித்தர்' – சொல் விளக்கம்

சித்தம் என்பது மனம், கடிவாளம் இல்லாத குதிரையைப் போல கண்மூடித்தனமாகப் பாய்ந்து செல்லும் மனத்தை, யோகம், தவம் என்னும் கடிவாளம் இட்டு அதனைத் தன்வயப்படுத்தியவர்கள் சித்தர்கள் எனப்பட்டனர். சித்தர்கள் ஒரிடத்திலும் நிலையாக இல்லாமல் காடு, மலை, குகை என அலைந்த வண்ணம் இருப்பார். மலைக்குகையினுள் தவம் செய்வர். தாங்கள் செல்லும் ஊரில் உள்ள மக்களின் நோய்களை போக்கி, அவர்களை நல்வழிப்படுத்துவர்.

எட்டுவிதமான சித்திகளைப் (அட்டமா சித்திகள்) பெற்றவர்கள் இவர்கள், எட்டுவிதமான சித்திகள் பின்வருமாறு:

1. **அணிமா** – அணு போன்ற சிறிய உருவிலே உலவும் ஆற்றல்.

2. **மகிமா** - மலை போன்ற பெரிய உருவம் எடுத்து உலவும் ஆற்றல்.

3. **இலகிமா** – உடம்பை இலேசாகச் செய்து கொண்டு நீரின் மீதும், நிலத்தின் மீதும் கால்படாமல் காற்றுப் போல் விரைந்து செல்லும் ஆற்றல்.

4. **கரிமா** - ஐம்புலன்களின் ஆளுகைக்கு ஆட்படாமல் இருத்தல்.

5. **பிராத்தி** – தான் நினைத்ததை அடையும் ஆற்றல்

6. **பிராகாமியம்** – தன் நினைப்பு வலிமையால் அனைத்தையும் படைக்கும் ஆற்றல்

7. **ஈசத்துவம்** - காண்பவர் அனைவரும் தன்னை வணங்கும் தோற்றப்பொலிவு பெற்றிருத்தல்.

8. **வசித்துவம்** - உலகம் முழுவதையும் தன் வயப்படுத்தி நடத்தும் ஆற்றல் என்பனவாகும்.

சித்தத்தினை சிவன் பால் வைத்தவர்கள் சித்தர்கள். சரியை, கிரியை என்னும் நிலையைக் கடந்தவர்கள். இவர்கள் சிவத்தையுணர்ந்து கலந்து தம்மை மறந்திருப்பர். தமக்கென எந்த பற்றுக்களும் இல்லாதவர்கள். எல்லா அறிவு நிலைகளுக்கும் மூலமாய்த் திகழ்ந்தவர்கள் சித்தர்கள். அதனால் தான் இறைவனையும் சித்தராகக் கண்டது இந்த மண். இறையருட் பேற்றையும் சித்தநிலை அல்லது சித்தியாகக் கண்டது இந்தியத் தத்துவம்.

சமுதாயத்திற்கு ஏதேனும் ஒரு வகையில் பயன்படும் முறையில், வாழ்வில் உண்மையுடன் இயைந்ததாக இயற்றப்பட்டுக் காலம் கடந்து வாழும் நூலே இலக்கியம் எனப்படும். மக்களுக்குத் தொண்டு செய்ய வேண்டும் என்ற கொள்கைக்கு உதவும் கருவியாக இலக்கியத்தைக் கையாண்டவர்கள் சித்தர்கள். தமிழ் இலக்கியங்களில் சித்தர்கள் பெறுமிடம் குறித்து இங்கேக் காண்போம்.

தொல்காப்பியத்தில் சித்தர்

தமிழ் இலக்கியங்களுள் முதன்மையாகக் கருதத்தக்கவை கடைச் சங்க இலக்கியங்கள். சங்க இலக்கியங்களிலும் அவற்றிற்கு முற்பட்டதாகக் கருதப்படும் தொல்காப்பியத்திலும் 'சித்தர்' (அ) 'சித்து' என்ற சொற்கள் காணப்படவில்லை,

தொல்காப்பியத்தின் பொருளாதிகாரத்தின் இரண்டாவது இயல் புறத்திணையியல். புறத்திணை ஏழனுள் ஒன்றாகிய வாகைத் திணையின் சிறப்பிலக்கணம் கூறும் பகுதியில் "அறுவகைப்பட்ட பார்ப்பனப் பக்கமும்" என்று துவங்கும் நூற்பா இடம் பெற்றுள்ளது.

இதில்,

"மனுவில் செய்தி மூலிகைக் காலமும்
நெறியின் ஆற்றிய அறிவன் தேயமும்"

என்ற தொடரில் வரும் 'அறிவர்' என்ற சொல் சித்தர்களையே குறிப்பதாகும். தொல்காப்பிய உரையாசிரியரான இளம்பூரணாரும் "குற்றமற்ற செயலையுடைய மழையும், பனியும், வெயிலுமாகிய மூவகைக் காலத்தினையும் நெறியினால் பொறுத்த அறிவன் பக்கமும்" என்று உரைவகுத்துள்ளார்.

"புரிவின்றியாக்கைப் போல்" என்னும் தொடருக்கு "காமம், வெகுளி, மயக்கமில்லாத ஒழுகலாற்றினை, இறப்பும், நிகழ்வும், எதிர்வும் என்னும் நெறியான் அமைந்த முழுதுணர்வுடையோன் பக்கமும்….." என்று நச்சினார்க்கினியார் கூறுகிறார். இதன் பொருள், கணிவன் என்பவன் காலக் கூறுகளை உணர்பவன். தன் உடம்பைப் போற்றிப் பாதுகாத்து கற்க வேண்டிய நூல்களையெல்லாம் பலகாலும் கற்றுணர்ந்து உலகினர் துன்பமின்றியே உண்மையை உணர்ந்து கொள்ளும்படி தவறில்லாமல், வானமும் இந்நிலவுலகமும் உண்டாக்கும் நிகழ்ச்சிகளையெல்லாம் கருதிக் கூறுபவனே சிறந்த கணியாவான் என்பதாகும். இவ்விருவரது உரையில் இருந்தும் 'அறிவர்' என்பவர் சித்தர்களே என்று கூற வாய்ப்புள்ளது.

"சித்து" எனும் சொல் தெளிந்த ஞானம் எனும் பொருள்படும். சித்தத்தினை வென்றவர்கள் சித்தர்கள். எனவே 'அறிவன்' என்னும் சொல்லுக்குப் பொருளாகிறது. சித்தர்கள் தொல்காப்பியரின் காலத்தில் 'அறிவர்கள்' என அழைக்கப்பட்டு இருக்கலாம். தொல்காப்பிய இலக்கண விதிப்படி சகரம் மொழிக்கு முதலில் வராது என்பது குறிப்பிடத்தக்கது.

"கதநபன என்னும் ஆவைந்தெழுத்தும்

எல்லா உயிரொடுஞ் செல்லுமார் முதலே

சகரக் கிளவியும் அவற்றோரற்றே

அ ஐ ஒள எனும் மூன்றலங்கடையே"

என்கிறார் தொல்காப்பியர்.

சங்க இலக்கியத்தில் சித்தர்

சங்க இலக்கியத்தில் சித்தர்கள் பற்றிய செய்திகள் இல்லையென்றாலும் 'சித்தர்' என்ற சொல் தொடர்பான கருத்துக்கள் மறைமுகமாகக் கிடைக்கின்றன.

'சர்வ பரிபூரண அகண்ட தத்துவமான

சச்சிதானந்த சிவமே.'

சத் + சித்து + ஆனந்தம் = சச்சிதானந்தம். சத்- நிலை பெற்ற உள் பொருள், சித்து – அறிவு, ஆனந்தம் – நிலையான இன்பம்.

"சச்சிதானந்தம்" என்று இறைவனைக் கூறுகின்றார் தாயுமானவர்.

"சித்" என்னும் சொல்லை அடிச் சொல்லாகக் கொண்டு சித்தன், சித்து ஆகிய சொற்கள் தோன்றியிருக்கலாம். சங்க இலக்கியங்களில் 'சித்து, சித்தர்' எனும் சொற்கள் குறிப்பிடப்படவில்லை. ஆனால் சித்தர்களின் இயல்பு பற்றியும், அவர்களின் பேராற்றல்களைப் பற்றிய ஒரு சில குறிப்புகளும் காணப்படுகின்றன.

சாதாரண சித்து வித்தைகளை மட்டுமே செய்பவர் சித்தராக மாட்டார்கள். 'ஆன்ம வளர்ச்சி; என்ற இலக்கினை உடையவரே சித்தராவார். ஆன்ம வளர்ச்சி என்பது 'உன்னையே நீ அறி' என்ற தத்துவத்தை உணர்தலாகும். நமக்குள்ளிருக்கும் இறைவன் இவ்வுலகிலுள்ள அனைத்துப்

பொருட்களிலும், அனைத்து உயிரினங்களிடமும் அங்கிங்கெனாதபடி எங்கும் பிரகாசமாய் நிறைந்து இருப்பவன் என்பதை உணர்ந்தோரே சித்தராவார்.

"என்னிலே யிருந்த தொன்றை யானறிந்த தில்லையே

என்னிலே யிருந்த தொன்றை யானறிந்து கொண்டபின்

என்னிலே யிருந்த தொன்றை யாவர் காணவல்லாரோ

என்னிலே யிருந்தி திருத்தியானுணர்ந்து
கொண்டேனே"

என்கிறார் சிவவாக்கியர்.

புறநானூற்றில் வரும் நலங்கிள்ளியின் தம்பியான மாவளந்தான் என்பவனைத் தாமப்பல் கண்ணனார் பாடிய பாடல் ஒன்று உள்ளது. அப்பாடல் 'நிலமிசை வாழ்நர்' என்று துவங்குகிறது. அப்பாடலில் 'அவிர் சடை முனிவர்' என்ற ஒரு வரி வருகின்றது. இது சித்தர்களைக் குறிப்பதாகக் கருதலாம்.

"நிலமிசை வாழ்நர் அலமரல் தீரத்

தெறுக்கதிர்க் களலி வெம்மை தாங்கிக்

கால் உணவாகச் சுடரொடு கொட்டும்

அவிர் சடை முனிவர்....."

பேராசிரியர் ஒளவை. சு. துரைச்சாமிப் பிள்ளை அவர்கள் இதற்கு உரை கூறும் போது, 'நிலத்தின் மேல் உயிர் வாழ்வார்க்கு வெம்மையான் உளதாகிய சுழற்சி நீங்க, சுடுகின்ற கதிரையுடைய ஞாயிற்றின் வெப்பத்தினைத் தாம் பொறுத்து, காற்றையுணவாகக் கொண்டு, அச்சுடருடனே சூழ வரும் விளங்கிய கடையையுடைய அருந்தவத்தோர்' என்று கூறுகிறார்.

"அவிர் சடை முனிவர் அங்கு வேட்கும்

ஆவுதி நறும்புகை"

என்றும் பட்டினப்பாலை கூறுகின்றது. நெருப்பினை வளர்த்து சித்தர்கள் யாகம் செய்த செய்தியினை இதன் வழி அறியலாம்.

"இமயமலையில் அகத்தியர், திருமூலர், விசுவாமித்திரர், போகர், புலிப்பாணி, குதம்பைச் சித்தர் முதலியோர் வாழ்ந்திருந்தனர். அக்காலத்தில் அகத்தியர் நிடதபர்வதத்தில் மரகத மலையடிவாரத்தில் கங்கைநதிக் கரையில் உள்ள சந்திர புஷ்கரணி என்ற தீர்த்தக் கரையில் அன்னை இராஜ இராஜேஸ்வரியை நோக்கிப் பெரும் வேள்வி ஒன்றை நடத்தத் திட்டமிட்டார். இவ்வேள்வியைப் பொதிகை மலையில் ௯௬ சீடர்களோடு வாழ்ந்து வந்த காலங்கிநாதரை முன் வைத்து நடத்த வேண்டுமென்று அகத்தியர் விரும்பினார். அகத்தியர் விரும்பியவாறு காலங்கிநாதர் தம் உடலைப் பாதுகாக்குமாறு மாணவர்களுக்குக் கூறி நாற்பத்தைந்து நாட்களில் திரும்பி வருவதாக எடுத்துரைத்து விட்டு வல்லூறு வடிவத்தில் இமயமலைக்குப் புறப்பட்டார். அகத்தியரையும் ஏனைய சித்தர்களையும் கண்டு மகிழ்ந்தார் காலங்கிநாதர். பின் அகத்தியர் விரும்பியவாறு ஒரு பௌர்ணமி நாளில் முன்னின்று வேள்வியை நிகழ்த்தி, வேண்டும் வரம் பெற்று அகத்தியரோடு இமயமலை சென்றார்" என்று ஒரு அறிஞர் கூறுகிறார்.

பட்டினப்பாலை புறநானூறு கூறும் 'அவிர் சடை முனிவர்' எனும் தொடரினைச் சித்தருக்குரியதாகவும் ஏற்றுக்கொள்ள வாய்ப்புள்ளது. மேற்கூறிய செய்தியிலிருந்து சித்தர்கள் மலைகளில் வாழ்ந்து கொண்டு உலக மக்களின் நலனுக்காகவும் தமது தவவலிமையைப் பெருக்கிக் கொள்வதற்காகவும் வேள்விகள் பலவற்றை அக்காலத்தில் செய்தனர் என்பதை அறியலாம்.

"விண் செலன் மரபின் ஐயர்க் கேந்திய

தொருகை யுக்கங் சேர்த்திய தொருகை"

என்கிறார் நக்கீரர்.

இங்கு "விண் செலன் மரபின் ஐயர்" என்ற தொடரும் சித்தர்களைக் குறிப்பதாகக் கருதலாம். ஏனெனில் சித்தர்களுக்கு அட்டமா சித்திகள் தெரியும். அட்டமா சித்திகளாவன அணிமா, மகிமா, இலகிமா, கரிமா, பிராப்தி, வசித்துவம், பிராகாம்யம், ஈசத்துவம் ஆகும். இதில் மூன்றாவது சித்தியாகக் கூறப்படும் இலகிமா என்பது, "காற்றைப் போல் லேசாதல்" ஆகும். சித்தர்கள் தமது தவவலிமையால் காற்றைப் போல லேசாகி விண்ணில் பறப்பர்.

மேற்கூறிய கருத்திலிருந்து சித்தர்கள் தாம் விரும்பிய எந்தவொரு வடிவத்திலும் உலகில் எவ்விடத்திற்கும் செல்லும் வலிமையுடையவர்கள் என்பதும் விளங்குகிறது.

பக்தி இலக்கியங்களில் 'சித்தர்'

சித்து என்னும் சொல்லைக் குறிக்க "Mysticism" எனவும், சித்தர்களைக் குறிக்க 'Mystic' எனவும் வழங்குகின்றது ஆங்கில மொழி.

'Mystic' – பூடகமாக, புரியாத, புரிந்து கொள்ள முடியாத, ஆன்மீக முறையில் கடவுளின் மாயையை அறிய முற்படும் ஒருவர் என்றும், Mysticism – the theory that truth and God can be realized through deep thought, தியானத்தால் உண்மையையும், பரம்பொருளையும் காணலாம் என்ற நம்பிக்கை என்றும் ஆங்கில அகராதி பொருளுரைக்கின்றது.

இதன்வழி தியானத்தின் வழி இறையனுபவத்தினைப் பெற்று சாதாரண அறிவிற்கு அப்பாற்பட்ட ஆன்மீக உண்மைகளை உணர முற்படுவார்கள் சித்தர்கள் என்ற விளக்கத்தைப் பெறலாம். சித்தர்கள் நம்பிக்கை என்பதன் துணை கொண்டு அகவொளியின் மூலம் இறைவனைச் சிந்தித்து இறுதியில் ஆன்ம அனுபவத்தைப் பெறுகின்றனர்.

சைவத் திருமுறைகளுள் சித்தர்

சித்தர்கள் மதவாதிகளோ, வைதீகர்களோ, சுயநலவாதிகளோ அல்லர். மனிதாபிமானம் கொண்டவர்கள், பகுத்தறிவாளர்கள். தமக்கென வாழாமல் பிறருக்காக வாழ்பவர்கள். 'சித்தர்' என்ற சொல்வழக்கு சைவத் திருமுறைகளிலேயே முதன் முதலாக இடம் பெறுகின்றது.

திருஞான சம்பந்தர் தமது பாடலொன்றில்,

"பக்தரொடு சித்தர் பயில்கின்ற பழுவூரே"

என்கிறார். சுந்தரர் தமது பாடலொன்றில்,

"பக்தர் சித்தர் பலரேத்தும் பரமன்

பழைய தூர் மேய

அத்தன் ஆலங்கோடன்"

என்கிறார்.

மாணிக்கவாசகரின் திருவாசகத்தில் வரும் 'திருப்படை எழுச்சி' என்ற பகுதியுள்,

"தொண்டர்கள் தூசி செல்லீர்

பக்தர்காள் சூழப் போகீர்

ஒண்டிறல் யோகிகளே

பேரணி உந்தீர்களே

தீண்டிறற் சித்தர்களே

கடைக்கூழை செல்மின்கள்

அண்டர் நாடு ஆள்வோம் நாம்

அல்லற்படை வாராமே"

என்று கூறப்படுகிறது.

ஒரு பெரும் படைக்கு முன்படை, பின்படை, பக்கப் படைகள் இரண்டு என்று நான்கு கூறுகள் உண்டு. மாணிக்கவாசகரின் தலைமையில் புறப்படுகின்றது சிவப்படை. இதில் தொண்டர்கள் முன்படை, பக்தர்களும், யோகிகளும் இடம், வலம் பக்கப் படைகள், சித்தர்கள் இந்த மூவரையும் தாங்கும் பின்படைகளாக விளங்குகின்றனர். பின்படையை நம்பித்தான் முன்படை துணிந்து முன்னே நடக்க முடியும். தொண்டு பக்தியாய் கனிய வேண்டும். பக்தி யோகமாய் முதிர வேண்டும். யோகம் சித்தியாய் விளைய வேண்டும்.

இதற்குச் சான்றாக மாணிக்க வாசகரின் வரலாற்றையே எடுத்துரைக்கலாம். பக்தர்கள் என்போர் முயற்சியாளர்கள். யோகிகள் என்போர் பயிற்சியாளர்கள், சித்தர்கள் என்போர் அனைத்தையுமறிந்த அனுபூதிமான்கள் என்பதை தேவாரப் பாடல்கள் வழி அறியலாம்.

திருமூலர் பாடல்களில் 'சித்தர்'

திருமூலர் தமிழ்நாட்டுச் சித்தர்களுள் சிறப்பாக குறிப்பிடப்படுபவர். பதினெண் சித்தர்களுள் ஒருவராகக் குறிக்கப்பெறும் இவரது வரலாற்றைச் சேக்கிழார் பெரிய புராணத்துள் விரித்துரைத்துள்ளார் என்கிறார் ஒரு அறிஞர்.

"சித்தர் சிவத்தைக்

கண்டவர்; சீருடன்

சுத்தாசுத் தத்துடன்

தோய்ந்தும் தோயாதவர்

முத்தர்; அம்முத்திக்கு

மூலத்தர்; மூலத்துச்

சுத்தர், சதாசிவத்

தன்மையர் தாமன்றே."

என்று திருமூலர் சித்தர்களின் தன்மையைக் கூறுகிறார். சித்தர்களின் வழிபாடு அக வழிபாடு. இவர்கள் மோனத்தில் ஆழ்ந்து ஞானத்தில் உயர்ந்தவர்கள். அதனால் தான் இவர்கட்கு உடலே ஆலயமாகவும் ஜீவன் சிவலிங்கமாகவும் காட்சியளிக்கின்றது.

"உள்ளம் பெருங்கோயில்

உன்னுடம்பு ஆலயம்

வள்ளற் பிரானார்க்கு

வாய் கோபுர வாசல்

தெள்ளத் தெளிந்தார்க்கு

ஜீவன் சிவலிங்கம்

கள்ளப் புலனைத்தும்

காளா மணி விளக்கே."

சித்தர்கள் இறையருட் பேற்றினைப் பெற்றவர்கள். இங்கேயே சிவலோகத்தைக் கண்டவர்கள். அழியாத் தன்மையை உடையவர்கள். உருவமற்றவர்கள் என்று திருமூலர் கூறுகின்றார்.

"சித்தர் சிவலோகம் இங்கே தெரிசித்தோர்

சந்தமும் சந்த முடிவும் தம்முள் கொண்டோர்

நித்தர் நிமலர் நீராமயர் நீள்பற

முத்தர் தம் முக்தி முதன் முப்பத்தாறே."

சித்தர்கள் தமது தவத்தின் வலிமையால் எல்லாம் செய்ய வல்லவர்கள். ஆங்காரத்தினை உள்ளடக்கி ஐம்புலனையும் சுட்டறுத்து தமக்குள்ளிருக்கும் தன்னிகரற்ற சோதியைக் கண்டு தெளிந்து அனுபவித்து அறிந்தவர்கள். தனக்குள்ளிருக்கும் பரம்பொருளே இவ்வுலகில் அனைத்திடங்களிலும், அனைத்துப் பொருட்களிலும்

நிறைந்துள்ளதை தெளிந்துணர்ந்து செயற்படுபவர்கள். இந்நிலையில் இவர்களுக்கு அட்டமா சித்திகளும் கைகூட அகில புவனங்களையும் ஆட்டிப் படைக்க வல்லவர்கள் ஆகிறார்கள். இதனை திருமூலர்

"தன்னை அறிந்திடும் தத்துவ ஞானிகள்

முன்னை வினையின் முடிச்சை அவிழ்ப்பார்கள்

பின்னை வினையைப் பிடித்துப் பிசைவார்கள்

சென்னியில் வைத்து சிவனருளாலே."

என்று விளக்குகிறார்.

சித்தர்கள் யோகம், ஞானம், தவத்தில் சிறந்தவர்கள். தனக்குள்ளிருக்கும் அன்புமயமான ஈசனை எண்ணி ஆழ்ந்து அனுபவிப்பவர்கள்.

"ஒத்த செங்கோலார் உவப்பிலி மாதவர்

எத்தனையாயிரம் வீழ்ந்தனர் எண்ணிலி

சித்தர்கள் தேவர்கள் மூவர் பெருமையாய்

அத்தன் இவன் என்றே அன்புறுவார்களே"

என்று திருமூலர் கூறுகிறார்.

திருமூலர் போன்ற சித்தர்கள் இறைவன் உயிர்களினின்று வேறானவன் என்று எண்ணவே இல்லை. எனவே இவர்கள் இறையன்பினில் எவ்வளவு தூரம் முன்னேறினாலும் ஏனைய உயிர்களிடத்தும் அளவு கடந்த அன்பினைச் செலுத்தினர்.

"அன்பும் சிவமும் இரண்டென்பார் அறிவிலார்

அன்பே சிவமாவது யாரும் அறிகிலார்."

பிற உயிர்களிடத்து அன்பு கொண்டு தொண்டு செய்தலே சிவவழிபாடு ஆகிவிடும். இதையே பெரியோர் 'மக்கள் தொண்டே மகேசன் தொண்டு' என்று கூறுவர்.

அன்பே வடிவாக ஆகின்றவர்கள் பிறர் பொருட்டாக வாழுகின்ற பெரியோர்களாகிய சித்தர்களே ஆவர். திருமூலர் தமது திருமந்திரத்தில் சித்தர்களைக் குறிக்க "சிவ சித்தர்", "சோம்பர்", "தத்துவ ஞானிகள்", "சிவயோகி" போன்ற சொற்களைப் பயன்படுத்தியுள்ளார்.

தாயுமானவர் மற்றும் வள்ளலாரின் பாடல்களில் 'சித்தர்'

தமிழகம் அன்று தொட்டு இன்று வரையிலும் அருளாளர் பலரைத் தோற்றுவித்து அரிய புகழைப் பெற்று வந்திருக்கிறது. இவர்கள் பல அரிய உண்மைகளை மக்களுக்கு எடுத்துரைத்து உய்யும் நெறிக்கு வழிகாட்டியுள்ளனர். அத்தகைய அருளாளர் வரிசையில் குறிப்பிடத்தக்கவர்கள் தவத்திரு தாயுமானவ சுவாமிகளும், இராமலிங்க அடிகளுமாவர். தாயுமானவர் பாடல்கள் தமிழர் வழிபாட்டு நெறியில் பக்தியும் ஞானமும் இணைந்து செல்லும் பெருவழியாகத் திகழ்கின்றன.

இறைவன் தாயுமானவரின் அருளால் வேதாரண்யத்தில் அவதரித்தவர் தாயுமான சுவாமிகள். ஒருநாள் மலைக் கோட்டையில் அமர்ந்துள்ள இறைவனை வழிபட்டுத் திரும்பும் போது மௌன குருவைக் கண்டு வணங்கி பின்பு அவர்பால் உபதேசம் பெற்று அருட்கவியானார். சிவனைப் போற்றிப் பரவி பல பாடல்களைப் பாடினார் என்று கூறப்படுகின்றது.

"தாயுமானவர் பாடல்கள்" என்ற தலைப்பில் இவரது பாடல்கள் தொகுக்கப் பெற்றுள்ளன. இவரது பாடல்களில் செந்தமிழ் நலமும், சித்தாந்தக் கருத்துக்களும் நிறைந்துள்ளன. இவர் சித்தரெல்லாம் போற்றும் சித்தராகவும், சிறந்த புலவராகவும் விளங்கியவர். தாயுமானவர் தமது பாடல்களிலும் சித்தர்களின் வலிமையினையும், இயல்பினையும் எடுத்துரைக்கின்றார்.

'திக்கொரு திகந்தமும் மணவேகம் என்னவே

சென்று ஓடி ஆடி வருவீர்'

எனத் தொடங்கும் பாடலில் இறுதி அடிகளாக,

'வேதாந்த சித்தாந்த சமரச நன்னிலை பெற்ற

வித்தகச் சித்தர் கணமே'

என்பன வருகின்றன.

வேதாந்தம் மற்றும் சித்தாந்தத்தின் சமரசத்தினைப் புரிந்து கொண்டு நல்வழியில் திகழ்பவர்கள் சித்தர்கள் என்ற பொருளிலேயே தாயுமானவர் கூறியுள்ளதாகக் கொள்ளலாம். மேலும், 'ஆகார புவனம், சிதம்பர ரகசியம்' என்ற தலைப்பில் அமைந்த பாடல்களிலும் சித்தர்களைப் பற்றிய குறிப்புகளை எடுத்துரைக்கின்றார்..

"ஆகார புவன மின் பாகாரமாக"

எனத்துவங்கும் பாடலில்

"யோகானுபூதி பெற்ற அன்பராவிக்கு

உறுதுணையே".

என்கிறார்.

இதில் அகத்தே இறைவனைக் கண்டு இன்புறும் யோகானுபூதி பெற்ற சித்தர்களைப் பற்றிக் குறிப்பிடுகின்றார் தாயுமானவர்.

"விண்ணவர் இந்திரன் முதலோர் நாரதராதி

விளங்கு சப்தரிஷிகள் கன வீணை வல்லோர்

எண்ணரிய சித்தர் மனு ஆதி வேந்தர்"

என்று வருகின்ற பாடலில் சித்தர்களின் எண்ணிக்கையைக் கணக்கிட முடியாது என்ற கருத்தினை விளக்க 'எண்ணரிய சித்தர்' என்ற சொற்றொடரை பயன்படுத்தியுள்ளார் தாயுமானவர். மேலும்,

'அணிமா ஆதி வந்தாடித் திரிபவர்க்கும்'

என்ற தொடர் அணிமா முதலிய அட்டமாசித்திகளும் கைவரப் பெற்று ஆடும் சித்தர்களையே குறிக்கிறது.

தாயுமானவரைப் போன்றே இராமலிங்க சுவாமிகளும் சிறுவயதிலிருந்தே இறைவன் மீது மிகுந்த பேரன்புடையவராய்த் திகழ்ந்தார். மருதூரில் பிறந்த இவர் தமது ஒன்பதாம் வயதில் திருத்தணிகை முருகனால் ஆட்கொள்ளப்பட்டார். சென்னை கந்த கோட்டத்து முருகப் பெருமானையும் பல பாடல்களில் பாடியுள்ளார். இவர் சமரச சுத்த சன்மார்க்கக் கொள்கையை வலியுறுத்தியவர். வடலூரில் சமரச சுத்த சன்மார்க்க சங்கத்தையும் அமைத்தார். அனைத்து மக்களின் துன்பத்திற்கும் அடிப்படைக் காரணமே பசி என்பது தான். இதனைத் தவிர்க்க வேண்டி வள்ளலார் 'சத்திய தருமச் சாலை'யையும் நிறுவியவர்.

அன்றிலிருந்து இன்று வரையிலும் தினமும் நூற்றுக்கணக்கான ஏழை மக்களுக்கு அன்னம் வழங்கப்பட்டு வருகிறது. வயிற்றுப் பசிக்கு மட்டுமின்றி உள்ளப் பசிக்கும் உரிய மருந்தினைக் கண்டுபிடித்து அனைவரும் அதனை அனுபவித்துப் பயன்பெற வேண்டும் என்ற எண்ணத்தில் 'சத்திய ஞான சபையையும்' நிறுவினார் வள்ளலார். மேட்டுக்குப்பம் என்ற கிராமத்திற்குச் சென்று சித்தி விளாகக் குடிலில் தங்கியிருக்கும் போதுதான் அருட்பெருஞ்சோதி சித்தி முழுவதும் கைவரப் பெற்றார். இவரே சிறந்த சித்த மருத்துவராகவும் விளங்கியுள்ளார். இரசவாதமும் இவருக்குத் தெரியுமென்பதை இவரே தமது ஒரு பாடலில் கூறியுள்ளார். பொன் செய்யும் பேற்றை 'ஏமசித்தி' என்கிறார். கடவுளை அறிவால் அறிந்து கடவுள்மயமாவோரே ஜீவன் முக்தர் என்று வள்ளலார் கூறுகிறார்,

வள்ளலார் அனைத்துயிர்களிடத்தும் அன்பு காட்டியவர். வாடிய பயிரைக் கண்ட போதெல்லாம் வாடியவர். ஜீவகாருண்யமே கடவுள் வழிபாடு என்றறிந்து அதனைத்

தாழும் தம் வாழ்வில் கடைபிடித்துத் தம்மை நாடி வருவோருக்கும் அதனைத் தெளிவாக விளக்கியுரைத்தவர்.

அனைத்துயிர்களின் பசியைத் தீர்ப்பதே மேலான தருமம் எனக் கருதுபவர் வள்ளலார். பசியால் வருந்துபவர்கட்கு உணவு வழங்கி அவர்களின் இன்பத்தைக் கண்டு தாழும் இன்பமடைவோரே உலகில் சிறந்த யோகியும் ஞானியுமாவார் என்றும், இவர்கள் எச்சாதியினராய் எம்மதத்தவராயிருப்பினும் தேவர், முனிவர், சித்தர், யோகியர் முதலியோரால் வணங்கத்தக்கச் சிறப்புடையவர்கள் என்கிறார் வள்ளலார்.

சித்தர்கள் என்போர், பேரின்ப லாபத்தினை அடைந்தவர்கள். ஞான தேகத்தினை உடையவர்கள். நீர், நெருப்பு, மண், காற்று, ஆகாயம் முதலிய ஐம்பூதங்களையும் அடக்கியவர்கள். இவற்றின் சக்தி இவர்களது உடலைச் சிறிதும் பாதிக்காது. கரும சித்தி, யோக சித்தி, ஞான சித்திகளைக் கைவரப் பெற்றவர்கள். அவர்களின் அறிவு கடவுளறிவாகவே இருக்கும். அவர்கள் செய்கை கடவுள் செய்கையாகவே இருக்கும். அவர்கள் அனுபவம் கடவுள் அனுபவமாயிருக்கும் என்று வள்ளலார் எடுத்துரைக்கிறார்.

இத்தகைய பேற்றினை அடைய இறைவன் அருளும், தூய அன்பும், ஜீவ காருண்ய ஒழுக்கமும் இருந்தால் போதும். அனைவரும் பயிற்சியும், முயற்சியும் செய்தால் இதனை எளிதில் அடையலாம் என்ற கருத்தும் வள்ளலாரின் பாடல்களின் வழி அறிய முடிகிறது.

சித்தர் பாடல்களில் சித்தர்

தமிழ் பக்தியின் மொழி என்பது சான்றோர் கருத்து. முற்றிய ஞானமும், முதிர்ந்த சிந்தனையுமே சித்தர் பாடல்களாகும். ஆனால் இவர்களின் நோக்கமானது உண்மையை உணர்த்துவதும், மெய்யறிவைப் புரட்டுவதுமேயாகும். சித்தர்கள் பொன்னுக்கும், பொருளுக்கும் வேண்டிப்

பாடல்களைப் பாடவில்லை. தன்னை மறந்து மக்களின் வாழ்வு சிறக்கப் பாடினார்கள். ஊனினை உருக்கி உள்ளொளிப் பெருக்கிய இந்த உத்தமர்களின் சிந்தனை உலகினை உய்விக்க வழி காட்டும்.

'அகத்தியர் ஞானம்' என்ற தலைப்பிலமைந்த பாடல்களில் இரு பாடல்களில் 'சித்தர்' என்ற சொல்லுக்கு விளக்கம் தரப்படுகிறது. மற்ற பாடல்களில் சித்தாந்தக் கருத்துகளும், அனைத்துத் தரப்பு மக்களும் முயன்றால் சித்த நிலையை அடையலாம் என்ற கருத்தும் மற்றும் மக்கள் கடைபிடிக்க வேண்டிய நெறிமுறைகளையும் வகுத்துரைக்கின்றார் அகத்தியர் என்ற சித்தர்.

> "சக்தியே பராபரமே ஒன்றே தெய்வம்
>
> சகலவுயிர் சீவனுக்கும் அதுதானாச்சு
>
> புத்தியினாலறிந்தவர்கள் புண்ணியோர்கள்
>
> பூதலத்தில் கோடியிலே ஒருவருண்டு
>
> பக்தியினால் மனமடங்கி நிலையில் நிற்பார்
>
> பாழிலே மனத்தை விடார் பரமஞானி"

என்கிறார் அகத்தியர்.

எவ்வுயிரையும் தம்முயிர் போல் கருதும் அன்புள்ளம் கொண்ட ஞானி உலகப் பொருட்கள் அனைத்திலும் இறைவனைக் காண்பார் என்பதனை,

> "ஊதியதோர் ஊதறிந்தால் அவனே சித்தன்"

என்கிறார்.

அகப்பேய்ச் சித்தர் அகத்தையே பேயாக விளித்துப் பாடியவர். இவரை அகப்பைச் சித்தர் என்றும் கூறுவர். இவரும் சித்தருக்கு விளக்கம் கூறும் போது

"மோட்சம் வேண்டார்கள்

முக்தியும் வேண்டார்கள்

தீட்சை வேண்டார்கள்

சின்மயமானவர்கள்" என்கிறார்.

சித்தர்கள் எதனையும் விரும்பாமல் இறைவனைத் தமக்குள்ளே கண்டு ஆனந்தமடைவார்கள் என்ற கருத்தினை அறிய முடிகின்றது.

இராமதேவர் என்ற மருத்துவச் சித்தர் தமது பாடல்களில் மனதை அடக்கவும், உள்ளத்தை ஒருநிலைப்படுத்தவும் உலகின் முழு முதற் பொருளை வணங்கி வாழ்த்திப் பூசை முறைகட்கு வழிகாட்டுகிறார்.

"தக்கோண விட்டகுறை வந்த தென்றால்

தனியிருந்து பார்த்தவனே சித்தனாமே"

என்கிறார் இராமதேவர்.

உரோம முனி என்பவர் தம்மையே ஒரு சித்தராகத் துணிந்து கூறுகின்றார்,

"ஞால வட்டஞ் சித்தாடும் பெரியோர் பாதம்

நம்பினதாலு ரோமனென் பேர் சித்தர்காணே"

என்கிறார்.

கருவூர்ச்சித்தர்

"ஆத்தாளைப் பூசித்தோன் அவனே சித்தர்"

என 'பராசக்தி சித்தருக்கு அருள் புரிபவள்' என்கிறார்.

சக்தி உபாசகர்கள் யாவரும் சித்தராகும் தகுதி பெற்றோர்கள் என்பதை இதனால் அறியலாம். இதற்கு தூய்மையான அன்பும் நம்பிக்கையும் இருந்தாலேயே போதும்.

சட்டைமுனிச் சித்தரென்பவர் சித்தருக்கு விளக்கம் கூறும் போது,

"வாச்சென்ற அகண்டத்துள் வரைகளாறு

மருவினால் சடத்தோட யவனே சித்தன்" என்கிறார்.

சிவவாக்கியர், "நமக்குள்ளேயே இறைவன் இருக்கிறான். அவனை வெளியில் ஏன் தேடுகின்றீர்?" என்று கேட்கிறார். இவர் உருவ வழிபாட்டை விலக்கி, மெய்ஞான நிலைக்கு அனைத்து ஆன்மாக்களும் செல்ல வேண்டுமெனக் கருதி பாடல்கள் பலவற்றை இயற்றியுள்ளார். இவர் சித்தருக்கு அனைத்துலகமும் ஒன்று என்றும், அவர்களின் அருமையை அறியாத மக்கள் அவர்களை இகழ்வதை எண்ணி வருந்திப் பாடுகின்றார்,

"சித்தர் என்றும் சிறியர் என்றும் அறியொணாத சீவர்காள்

சித்தர் இங்கு இருந்தபோது பித்தர் என்று எண்ணுவீர்

சித்தர் இங்கு இருந்தும் என்ன பித்தர் நாட்டிருப்பரோ?

அத்தன் நாடும் இந்த நாடும் அவர்களுக்கெலாமொன்றே"

என்கிறார்.

ஆன்மீக ஞானி வால்மீகிச் சித்தரின் பாடல்கள் பதினாறும், பதினெண் சித்தர் பாடல்களுக்கெல்லாம் மூலமாக விளங்குவதாக ஒரு அறிஞர் கூறுகின்றார்,

"சிவசிவா பதினெண்பேர் பாடற்கு எல்லாம்

திறவுகோல் வால்மீகன் பதினாறாகும்"

என்கிறார்.

இவர் தமது பாடல்களில் தவம், யோகம். தியானம் மூன்றையும் தினமும் செய்தால் பெறும் பலன்களைக் கூறுகின்றார். இவர் 'சித்தர்' என்ற சொல்லுக்கு விளக்கமளிக்கும் போது,

"சிந்தை தெளிந்திருப்பவனாரவனே சித்தன்

செகமெலாம் சிவமென்றே அறிந்தோன் சித்தன்"

என்கிறார்.

மேலும், "சிறந்து மனத் தெளிவாகிச் சேர்ந்தோன் சித்தன்" என்கிறார். தெளிந்த மனதுடன் உலகமெங்கும் சிவனே (இறைவன்) நிறைந்துள்ளான் என்றுணரும் பக்குவப்பட்ட மனதுடையோரே சித்தர்கள் என்பதை இதனால் அறியலாம்.

பிற இலக்கியங்களில் சித்தர்

சித்தர்கள் அனைத்து வகையான ஆற்றல்களையும் உடையவர்கள். அவர்களால் முடியாதது எதுவுமில்லை. பிற பக்தி இலக்கியங்களிலும் 'சித்தர்' பற்றிய குறிப்புகள் பரவலாகக் காணக் கிடக்கின்றன. பரஞ்சோதி முனிவர் எழுதிய திருவிளையாடல் புராணத்தில் 'எல்லாம் வல்ல சித்தரான படலம்' என ஒரு படலம் இடம் பெற்றுள்ளது. சிவனே சித்தராகத் தோன்றி நிகழ்த்திய சித்தாடல்கள் பலவற்றை இந்நூல் விரித்துரைக்கின்றது. பிற்கால நூலான திருக்குற்றாலக் குறவஞ்சியில் திரிகூடராசப்பக்கவிராயர்,

'கவன சித்தர் வந்து வந்து காய சித்திவிளைப்பார்'

என்கிறார்.

தோத்திர நூலான "ஸ்கந்தகுரு கவசத்திலும்" சித்தர்களைப் பற்றிய செய்திகள் இடம் பெற்றுள்ளன. இந்நூலை இயற்றியவர் ஸ்ரீமத் சத்குரு சாந்தானந்த சுவாமிகள் ஆவார். இவர் 'முருகனையே' சித்தராகக் காட்டுகின்றார்.

"கஞ்சமலை சித்தகுரோ கண்ணொளியாய் வந்திடுவீர்" என்று முருகனை அழைக்கின்றார். முருகனை வேண்டி வழிபட்டால் சித்தர்கள் போற்றிடும் ஞான சித்தியும், அட்டமா

சித்திகளும் கிட்டும். கந்தகுரு கவச நூலை பத்து முறை ஓதினால் பற்றற்ற வாழ்வு நிலையையும் பெறலாம் என்கிறார்,

"சித்தர்கள் போற்றிடும் ஞான சித்தியும் தந்துவிடு"

என்கிறார். பல்வேறு மலைகளில் வாழும் சித்தர்களால் முருகன் வணங்கப் படுவதையும் இங்கு எடுத்துரைக்கின்றார்.

"கஞ்சமலை சித்தர் போற்றும் ஸ்கந்தகிரி குருநாதா

கருவூரார் போற்றும் காங்கேயா ஸ்கந்த குரோ

மருதமலைச் சித்தர் மகிழ்ந்து பணி பரமகுரோ

செந்னிமலைக் குமரா சித்தர்க்கருள் வோனே

சிவவாக்கியச் சித்தருனைச் சிவன் மலையில் போற்றுவரே

பழனியில் போகருமே பாரோர் வாழ பிரதிஷ்டித்தான்

புலிப்பாணிச் சித்தர்களால் புடை சூழ்ந்த குமரகுரோ"

என்கிறார்.

முருகப் பெருமானையே ஒரு சித்தராகக் கொள்ளலாம். "சித்தன் என்பது முருகனின் ஆயிரம் நாமங்களுள் ஒன்று என்று நச்சினார்க்கினியார் கூறுவார்" என்று அறிஞர்கள் கூறுவர்.

முருகனின் அறுபடை வீட்டினுள் ஒன்றாகிய திருவாவினன் குடிக்கு 'சித்தன் வாழ்வு' என்ற பெயர் உண்டு என்றும் கூறுவர்.

"நல்லம்பர் நல்ல குடியுடைத்துச் சித்தன் வாழ்வு

இல்லந் தொறு மூன்றெரியுடைத்து – நல்லரவப்

பாட்டுடைத்துச் சோமன் வழி வந்த பாண்டிய நின்

நாட்டுடைத்து நல்ல தமிழ்"

என்று அறிஞர்கள் கூறுகிறார்கள்.

முருகனின் பேரருளில் ஈடுபட்ட அருணகிரியார் தமது 'திருவகுப்பு' என்னும் பிரபந்தத்துள் "சித்து வகுப்பு" என்னும் சிறியதொரு நூலை ஆக்கியுள்ளார். இதில் பல்வேறு வகையான ரசவாத முறைகள், மூலிகைகள், மருந்துகள் போன்ற சித்த மருத்துவ குறிப்புகள் நிறைய உள்ளன.

தமிழகத்தில் வாழ்ந்த சித்தர்களைப் பிற்காலத்தவர் 'நவநாத சித்தர்கள்' எனவும், 'பதினெண் சித்தர்கள்' என்றும் தெரியப்படுத்தியுள்ளனர்.

'நவநாத சித்தர்கள்' என்ற பட்டியலில் ஒன்பது சித்தர்கள் குறிக்கப்பட்டுள்ளனர். 1.சத்துவநாதர், 2.சாலோக நாதர், 3.ஆதி நாதர், 4.அருளித நாதர், 5.மதங்க நாதர், 6.மச்சேந்திர நாதர், 7. கடயேந்திர நாதர், 8.கோரக்க நாதர், 9.குக்குட நாதர் என்போர் அவ்வொன்பதின்மர் ஆவர்.

பதினெண் சித்தர்கள் என்ற மரபு மிகவும் முக்கியமானதாகும். தமிழகத்து பண்டைச் சித்தர்களுள் தலையாயவர் அகத்தியர். பதினெண் சித்தர்களைப் பற்றி இரு பட்டியல்கள் காணப்படுகின்றன. அவற்றுள் ஒரு பட்டியலில் 1.அகத்தியர், 2.புலத்தியர், 3.புசுண்டர், 4.நந்தி, 5.திருமூலர், 6.காலங்கி நாதர், 7.போகர், 8.கொங்கணர், 9. உரோம முனி, 10.சட்டை முனி, 11.மச்ச முனி, 12.களூரார், 13.தன்வந்திரி, 14.தேரையர், 15.பிண்ணாக்கீசர், 16.கோரக்கர், 17.யூகிமுனி, 18.இடைக்காடர் ஆகியோர் பதினெண் சித்தர்களாக குறிக்கப்படுகின்றனர். இது வரையறை செய்த சித்த மருத்துவ நூல் சித்தர்களின் தொகுப்பாகத் தோன்றுகிறது.

மேலும், பதினென் சித்தர்கள் என்ற தொகுப்பில் திருமூலரை முதலாமவராக வைத்து ஞான நூல் அருளியோர் பலரை இணைத்து ஒரு பட்டியல் சிலரால் தரப்பெற்றுள்ளது. இவர்கள் கருத்தின் வண்ணம், 1.திருமூலர், 2.இராம தேவர்,

3.கும்ப முனி, 4.இடைக்காடர், 5.தன்வந்திரி, 6.வான்மீகி, 7.கமல முனி, 8.போக நாதர், 9.போதகுரு, 10.கொங்கணர், 11.பதஞ்சலி, 12.நந்திதேவர், 13.உரோம முனி, 14.பாம்பாட்டிச் சித்தர், 15. சட்டைமுனி, 16.சுந்தரானந்தர், 17.குதம்பைச் சித்தர், 18.கோரக்கர் முதலியோர் பதினென் சித்தர்களாகக் குறிக்கப் பெற்றுள்ளனர் என்ற குறிப்பும் காணப்படுகிறது.

இரு பட்டியல்களிலும் இடம் பெறாத நூற்றுக்கும் மேற்பட்ட சித்தர்களின் வரலாறு தமிழகத்தில் வழங்கப்பட்டு வருகின்றது. ஆயிரக்கணக்கான சித்தர்கள் இன்று மக்களிடையே வாழ்ந்தும் வருகின்றனர். சான்றாக சங்கரன் கோவிலில் இருக்கும் சிவப்பிரபாகர சுவாமிகளையும், வல்ல நாட்டுச் சித்தரையும், கடைய நல்லூரில் வசித்துவரும் கரடிச் சித்தரையும் கூறலாம். ஜீவ சமாதியான பின்பும் பல நோய்களில் அவர்களின் சக்தி வெளிப்பட்டு வருகின்றது. சான்றாக கடையநல்லூர் ஆஞ்சநேயர் கோவில் மற்றும் ஆய்க்குடி முருகன் கோயிலில் சித்தர் சமாதியாகியிருப்பதால் தான் அதன் சக்தி மேலும் மேலும் பிரகாசிக்கின்றது என்று மக்கள் கருதுகின்றனர்.

தொல்காப்பியத்திலும் சங்க இலக்கியத்திலும் 'சித்தர்', 'சித்து' என்ற சொற்கள் காணப்படவில்லை என்றாலும் 'சித்தர்' என்ற சொல்வழக்கு சைவத் திருமுறைகளிலிருந்தே இடம் பெற்று வருகின்றது. 'பதினெண் சித்தர்கள்' என்ற பொதுவான மரபு கூறப்பட்டாலும் பல நூறு சித்தர்கள் நம்மிடையே வாழ்ந்து வருகின்றனர் என்பதையும் அறிஞர்கள் கூறுகின்றனர்.

2. பொதிகைமலைச் சித்தர்களின் வரலாறு

இறைவன் மக்கள் வாழ்வில் உயர்வதற்காக உயரமான மலைகளில் அமர்ந்து அருள் புரிகின்றான். உயர்வான குணமுடையோரான சித்தர்களும் மலைகளில் வீற்றிருந்து கடும் தவமியற்றியுள்ளனர். தன்னையறிந்த தத்துவ ஞானிகளான இவர்கள் மலைகளில் கிடைக்கும் மூலிகைகளை ஆராய்ந்து மருத்துவ உலகிற்குச் சிறந்த கொடையளித்துள்ளனர். சதுரகிரி மற்றும் பொதிகைமலையைச் சித்தர்களின் இருப்பிடமாக மக்கள் பலரும் நம்புகின்றனர். அத்தகைய சிறப்புமிக்க பொதிகைமலை குறித்தும், பொதிகைமலைச் சித்தர்களைப் பற்றியும் பல்வேறு இலக்கியச் சான்றுகளும் நமக்குக் கிடைத்துள்ளன.

இலக்கியங்களில் பொதிகைமலை

திருநெல்வேலி மாவட்டத்தில் பாபநாசம் அருகே காரையாறுக்கும் மேலே பொதிகைமலை உள்ளது. இம்மலை தனிமைக்கும், தியானம் செய்வதற்கும், தவத்திற்கும் சிறந்த மலையாகக் கருதப்படுகிறது. இந்தியாவின் இருபெரும் கலாச்சாரப் பாரம்பரியத்தின் இருபெரும் குறியீடுகளாக வடக்கே இமயமும், தெற்கே பொதிகை மலையும் இலக்கியங்களில் சிறப்பிக்கப்படுகின்றன. முரஞ்சியூர் முடிநாகராயர் என்னும் புலவர் புறப்பாடல் ஒன்றில் வடக்கேயுள்ள இமயத்தினையும், தெற்கேயுள்ள பொதிகைமலையையும் ஒப்பிட்டுப் பார்த்து

"பொற்கோட்டு இமயமும் பொதியமும் ஒன்றே!"

என்கிறார்.

இமயமலையினைச் சுற்றியுள்ள சிறுமலைச் சிகரங்கள் 'ஐந்து தலைப் பொதிகை' என்றழைக்கப்படுகின்றன. அகநானூறு இப்பொதிகைமலையைத் 'தென்னவன் பொதியில்' என்று குறிக்கின்றது. வீழும் அருவிப் பற்றிய வருணனையையும் தருகின்றது. இம்மலை கை தொழுது வணங்கும் தெய்வத் தன்மையுடையது என்றும் சுட்டிச் செல்கின்றது. அகநானூற்றின் 307வது பாடல் பொதிகை மலையின் காட்டு வளம் பற்றிய சிறுகுறிப்பினைத் தருகின்றது.

'சிறுநுதல் பசந்து' எனத் தொடங்கும் பாடல் மதுரை ஈழத்துப் பூதன் தேவனார் பாடிய பாடல், அகநானூற்றின் 322வது பாடல் பொதிகைமலையின் விலங்குகள் பற்றியும், அங்கு வாழும் குறவர்களின் வாழ்க்கை பற்றியும் ஒரு சில குறிப்புகளைத் தருகின்றது.

"பிறையுறழ் மருப்பிற் கடுங்கட் பன்றிக்

குறையார் கொடுவரி குழுமுஞ் சாரல்

அறையுறு தீந்தேன் குறவர் அனுப்ப"

என்கிறது.

பொதிகைமலைக்கு 'மலையமலை', 'தென்கயிலை' போன்ற பிற பெயர்களுமுண்டு என்று இலக்கியங்கள் கூறுகின்றன. தென்பாண்டி நாட்டின் சிறந்த மலையாகத் திகழும் இப்பொதிகைமலையில் தென்றலும், தமிழும் ஒன்றாகப் பிறந்து சிறப்புற்றதைத் தமிழ் இலக்கியங்கள் பாராட்டுகின்றன.

பாபநாசத் தலபுராணத்தினை இயற்றிய முக்காலிங்க முனிவர் 'பொதியச் சருக்கம்' என்றொரு பகுதியை வகுத்து

அதன் சிறப்பினை விரித்துரைக்கின்றார். இந்நூலில் இப்பகுதி ஆறாவது சருக்கமாக அமைகின்றது.

பகழிக் கூத்தர் அருளிய திருச்செந்தூர் முருகன் பிள்ளைத் தமிழில் பொதிகைமலையைப் பற்றி

"தென்றலுடன் தமிழ் தேர் தென் பொதியம் பயில்வாழ்

தேனோர் தார், மார்பா"

என்று பாடுகிறார்.

வால்மீகி இராமாயணத்திலும் கிட்கிந்தாகாண்டம் 41ம் சருக்கத்தில் சில சுலோகங்கள் தமிழகத்தைக் குறிக்கின்றன. முதலிரு சுலோகங்கள் அகத்திய முனியையும், தாமிரபரணி நதியையும் குறிக்கின்றன. காளிதாசருடைய ரகு வம்சத்திலும் அகத்தியரும் அவர் மலையும், பொருநை நதியும் கூறப்படுகின்றன. இலக்கியங்கள் பொதிகைமலையைச் சிறப்பித்துக் கூறினாலும் சித்தர் பாடல்கள் இம்மலையைச் சித்தர்கள் இருப்பிடமாகக் கூறுகின்றன.

'புலத்தியர் பாடல் வைத்தியம்' என்ற ஓலைச் சுவடியின் பாடல்கள் பொதிகைமலையில் வாழ்ந்த அகத்தியனின் சீடரான புலத்தியரால் பாடப்பட்டது.

"திருவளரும் தென்பொதிகை தன்னில் வாழும்

தெட்சிணா மூர்த்தியுட சீடனான

குருமுனி பாலனென்னும் புலத்தியனாமடியேன்"

என்று இலக்கியச் சான்றுகள் கூறுகின்றன.

பொதிகைமலையில் வாழ்ந்த சித்தர்கள்

தமிழ் இலக்கியங்களால் சிறப்பிக்கப்பட்ட பொதிகைமலையில் சித்தர்கள் பல்லாண்டு காலங்கள் வரையில் வாழ்ந்து தவமியற்றியதாக இன்று வரையிலும்

மக்கள் நம்புகின்றனர். பொதிகைமலையில் அன்றாடம் சித்தர்கள் வந்து செல்வதையும் ஒரு சில மக்கள் உய்த்துணர்ந்துள்ளனர். 'குற்றாலத்தில்' வசித்து வரும் திரு. கணேசன் என்பவர் வாரத்தில் செவ்வாய், வெள்ளி ஆகிய இரு தினங்களும் செண்பகாதேவி மலைக்குகைக்குச் செல்வார். அமாவாசை பௌர்ணமி தினங்களில் இன்றும் சித்தர்கள் பலர் ஜோதி வடிவில் காட்சி தந்ததை இவர் உணர்ந்துள்ளார்.

பொதிகைமலையில் வசித்த சித்தர்களைப் பற்றிய ஒரு சில இலக்கியச் சான்றுகள் உள்ளன.

பொதிகைமலையில் மச்சேந்திரர் தமது 120 சீடர்களோடு சித்தர் தலைவராய் வீற்றிருந்தார். முதன்மைச் சீடராய்த் திகழ்ந்தவர் கோரக்கர். மச்சேந்திரர் கோரக்கருக்கு 64 வகையான யோக சாதனக் கலைகளையும் சித்த மருத்துவக் கலைகளையும் முறையாக உபதேசித்திருந்தார். ஏனைய சீடர்களை விட மச்சேந்திரருடைய உளக்குறிப்பை உணர்ந்து அறிந்து செயற்பட்டார் கோரக்கர். இவருடன் வசிட்டர், துர்வாசர், காலங்கி நாதர், இடைக்காடர், தன்வந்திரி, கருவூரார், கமலமுனி, சட்டைமுனி முதலியோரும் தனித்தனியே யோகநெறி பயின்று சித்தர்களாக விளங்கியிருந்தனர் என்ற குறிப்பு ஒன்று கிட்டுகிறது.

மேலும் அகத்தியர், புலத்தியர், அத்திரி, இராமதேவர், கொங்கணர், கோரக்கர், மச்சமுனி, குதம்பைச்சித்தர், காலங்கிநாதர், புலிப்பாணி, தேரையர், தன்வந்திரி, கருவூரார், ரோமரிஷி போன்ற சித்தர்களைப் பற்றி கிட்டிய ஒரு சில இலக்கியச் சான்றுகளையும் வைத்து பொதிகைமலைச் சித்தர்களின் வரலாற்றை எழுத்தாளர் இயன்றவரையிலும் ஓரளவிற்கு விளக்க முயற்சிக்கின்றார். ஏனெனில், சித்தர்கள் பல ஆயிரம் ஆண்டுகளாக வாழ்ந்து வருபவர்கள். இவர்கள் ஓரிடத்திலேயே நிலையாகத் தங்குவது இல்லை. நினைத்தவுடன் உருமாறவும் வல்லவர்கள். காலம் கடந்து

வாழும் இரகசியத்தை அறிந்தவர்கள். சித்தர்களின் வரலாற்றை எவராலும் அறுதியிட்டு உறுதியாக எடுத்துரைக்க முடியாது.

சித்தர்களின் வரலாறு

தமிழ்நாட்டில் உள்ள மேற்குத் தொடர்ச்சி மலைத் தொடர்களில் பாபநாச மலையும், குற்றாலமலையும் பொதிகைமலை என்று குறிப்பிடப்படுகிறது. அதிலும் அகத்திய முனிவர் இருக்கும் இடமான தென் பொதிகை என்பது பாபநாசமலையின் மேற்குப்பகுதியான கேரள எல்லையில் இருக்கும் உயர்ந்த மலையாகும். பொதிகைமலையில் வசித்த பிற மலைகளிலிருந்து இங்கு வந்து தவம்புரிந்த ஒரு சில சித்தர்களின் வரலாறு கிட்டிய சான்றுகளின் அடிப்படையில் ஓரளவிற்கு வரையறுக்கப்பட்டுள்ளது. "நேற்றைய நிகழ்வுகள் இன்றைய வரலாறுகள்" என்று கருதப்படுகின்றன. இலக்கியச் சான்றுகளின் அடிப்படையில் பொதிகைமலைச் சித்தர்களின் வாழ்க்கை வரலாற்றைப் பற்றி இங்கு காண்போம்.

அகத்தியர்

தென்றல் தவழும் தென்பொதிகையில் ஆதியில் நவநாத சித்தர்கள் இருந்தார்கள். பின் பதினென்ண சித்தர்கட்கு ஆதிகுருவாக இருந்தவர் அகத்திய பெருமான்.

"அகத்தியர்" என்ற பெயரில் வேத புராண காலத்திலும், பழந்தமிழ்ச் சங்க காலத்திலும், இடைக்காலத்திலும், முனிவர்களாலும், புலவர்களாகவும், மருத்துவர்களாகவும், சோதிடர்களாகவும் பலர் இருந்திருக்கின்றனர் என்று திரு.அ.சாமி சிதம்பரனார் கூறுவதாக அறிஞர் ஒருவர் தம் நூலில் கூறியுள்ளார். அவர்களில் சித்தராகக் கருதப்படும் இந்த அகத்தியர் யாராக இருக்கக்கூடும் என்பதை அறிய

முடியவில்லை என்றாலும் இவர் அட்டமா சித்தி பெற்ற பதினெண் சித்தர்களில் ஒருவராக இருக்க வேண்டும் என்பது இவருடைய பாடல்களில் மூலம் அறியலாம். அகத்தியர் சப்த ரிஷிகளில் ஒருவராக அறியப் படுகிறார்.

அகத்தியர் பெற்ற பெருஞ்சிறப்பினாலும், அவர் மீது கொண்ட பக்தியினாலும், அவருக்குப் பின்னால் வந்தவர்களும் அகத்தியர் என்ற பெயரை தம் பெயரோடு சேர்த்து வைத்துக் கொண்டது போல் தெரிகிறது.

பொதிகைமலை அகத்தியர், முத்தூர் அகத்தியர், மைந்திரா வருண அகத்தியர், கந்தருவன் புத்திரர் அகத்தியர், வாதாபி அகத்தியர், மானி அகத்தியர், உலோப முத்திரை அகத்தியர், தொடி தோள் செம்பியன் காலத்து அகத்தியர், பள்ள அகத்தியர், திருமாலை சிவனாக்கிய அகத்தியர், தேவார அகத்தியர், சித்த அகத்தியர், காரைத்தீவு அகத்தியர், போதலகிரி அகத்தியர், இரண்டாம் புரோகித அகத்தியர், மலையமலை அகத்தியர் போன்றோர் அகத்தியர் பெயரை வைத்துக் கொண்டவர்களுள் சிலராவர்.

அகத்தியர் பொதிகைமலையுடன் தொடர்புபடுத்தி பல இலக்கியங்களில் பேசப்படுகிறார். புறப்பொருள் வெண்பாமாலை என்றும் தமிழ் இலக்கண நூல்

"தென்மலை இருந்த சீர் சால் முனிவன்"

என்று பொதிகைமலையையும், அகத்தியரையும் சிறப்பிக்கின்றது.

திருக்குற்றாலத் தலபுராணத்திலும் அகத்தியர் பற்றியக் குறிப்பும் காணப்படுகிறது. பௌத்த இலக்கண நூலான வீர சோழியத்தில்,

"ஆயும் குணத்து அவலோகிதன் பக்கல் அகத்தியன் கேட்டு

ஏயும் புவனிக்கு இயம்பின தண்டமிழ்"

என்று அகத்தியர் அவலோகிதரின் மாணவனாக வீற்றிருந்து தமிழ் கற்றதை ஒரு அறிஞர் சுட்டிக் காட்டுகிறார். பரிபாடல் 'பொதிகை முனிவன்' என்று சுட்டுகின்றதே தவிர அகத்தியன் என்று பெயர் சுட்டவில்லையென்பது இங்கு குறிப்பிடத்தக்கது.

அகத்தியர் பற்றிய நம்பிக்கை திருநெல்வேலியில் மிக வலுவாகக் காணப்படுகின்றது. பாபநாசத்தில் உள்ள பல பகுதிகளுக்கு அகத்தியரின் பெயர் தரப்பட்டுள்ளன. அகத்தியர் அருவி, அகத்தியர் பட்டி, அகத்தியர் கோவில் என்று பல பகுதிகள் இங்கு உள்ளன. பாபநாசத்திலுள்ள கல்யாண தீர்த்தக் கரையில் சிவனின் திருமணத்தை அகத்தியர் கண்டு களித்தார் என்ற நம்பிக்கை இங்குப் பரவலாகக் காணப்படுகின்றது. இதனை விளக்கும் வகையில் அருணகிரியார் தமது திருப்புகழ் விரிவுரையில்,

"சிவனை நிகர் பொதியவரை முனிவனாக மகிழ இரு

செவிகுளிர இனிய தமிழ் பகர்வோனே"

என்று கூறுகிறார்.

புராண அகத்தியரோ, அவர் பின் தோன்றிய அகத்தியருள் ஒருவரோ சித்தராக ஞானம் பெற்று 'அகத்திய ஞானம்' என்னும் நூலைப் பாடியதாக அறிய முடிகிறது. சென்னையில் உள்ள கீழ்நாட்டுக் கையெழுத்துப் பிரதி நூலகம் தயாரித்துள்ள பட்டியலில் அகத்தியர் பெயரில் 96 நூல்கள் இருப்பதாகக் கூறுகின்றனர். சித்தரான அகத்தியர் குறித்து, அகஸ்தியர் காவியம் பன்னிரெண்டாயிரம் மூலமாகச் சில செய்திகளை அறியலாம். அகத்தியருக்கு முருகப் பெருமான் வேதத்தையும், ஞானத்தையும் உபதேசித்தார் என்று கூறுவர். ஒருமுறை பிரளய காலத்தில் தப்பிப்பிழைத்த அகத்தியர் பொதிகை மலையை அடைந்து பல சீடர்களுக்கு ஞானோபதேசம் செய்ததாகவும் அறியப் படுகிறது.

அகத்தியர் குறித்து புராணங்களில் பல விதமான கதைகள் கூறப்படுகின்றன. ஒரு சமயம் தாரகன் முதலிய அரக்கர்கள் உலக மக்களை துன்புறுத்தினர். அவர்களை அழிப்பதற்காக இந்திரன், அக்னி, வாயு போன்ற தேவர்கள் பூமிக்கு வந்தனர். இவர்களைக் கண்ட அரக்கர்கள் கடலுக்குள் சென்று ஒளிந்து கொண்டு தேவர்களை வருத்துவதற்கான வழிவகைகளை ஆராய்ந்தனர். அதனால் அசுரர்கள் பயந்து கொண்டு கடலில் ஒளிந்து கொண்டனர். எனவே அக்னி அவர்களை துன்புறுத்தாமல் இருந்தார். பின் பல காலம் கழித்து அசுரர்கள் மீண்டும் தேவர்கள், மக்கள், முனிவர்கள் முதலியோர்களை துன்புறுத்த ஆரம்பித்தனர். இதன்பொருட்டு அரக்கர்களைக் கொல்வதற்கு கடல்நீரை வற்றச் செய்யுமாறு இந்திரன் அக்னித் தேவனுக்கு ஆணையிட்டார்.

'கடல்நீரை வற்றச் செய்தால் அதில் வாழும் உயிரினங்கள் அழியும் மற்றும் உலக வளமும் குன்றும்' என்று அக்னி தேவன் கூறினார்.

கோபம் கொண்ட இந்திரன் அக்னியை நோக்கி, "நீ அமைதியாக இருப்பதால் தான் இத்தகைய கொடுமைகள் விளைந்தன. எனவே நீ வாயுவுடன் சேர்ந்து கும்பத்தில் பிறந்து கடல் நீர் முழுவதையும் குடிப்பாயாக" என்று சாபமிட்டார். இந்திரன் இட்ட சாபத்தின் படி ஊர்வசியும் பூலோகத்தில் பிறப்பெடுத்திருந்தாள். ஊர்வசியின் அழகில் மனதைப் பறிகொடுத்த அக்கினி தேவன், வாயு பகவான் இருவருமே காமவயப்பட்டனர். மோகம் கொண்ட ஒருவர் தனது விந்தை குடத்தில் இட்டார். மற்றவர் தனது விந்தை தண்ணீரில் விட்டார். குடத்திலிருந்து அகத்தியரும், தண்ணீரில் விட்ட விந்திலிருந்து வசிட்டரும் பிறந்தனர். குடத்திலிருந்து (கலசம்) தோன்றியதால் அகத்தியரைக் 'கும்பமுனி' என்று பெயரிட்டு அழைத்தனர். அவர் பின்னாளில் கடல் நீரையே குடித்தார் என்பதற்குச் சான்று

பெறும் 'கடலே அனையம் யாம்' என்னும் பாடலடியாகும். ஒளவையாரும், 'குறுமுனியோ கலசத்தில் பிறந்தோன்' என்கிறார்.

அவ்வாறு பிறந்த அகத்தியரிடம் தேவேந்திரன் கடல் நீரைக் குடிக்குமாறு ஆணையிட்டார். அகத்தியரும் அவ்வாறே கடல் நீர் முழுவதையும் குடிக்க, கடலில் ஒளிந்திருந்த அரக்கர்களை இந்திரன் அழித்தான். பிறகு அகத்தியர் குடித்த சமுத்திர நீர் முழுவதையும் எந்த உயிரினங்களுக்கும் பாதகமில்லாமல் கடலில் விட்டு விட்டதாகக் கூறுவர். அகத்தில் தீயைக் கொண்டவன் அகத்தியன் என்றும் கூறுவர்.

சிவனுக்கு நிகராக அகத்திய முனிவன் கருதப்படுவதற்கானப் புராண மரபுக் கதைகளும் உள்ளன. பர்வத வேந்தனுக்கு மகளான பார்வதியைச் சிவன் திருமணம் புரிய முற்பட்டபோது உலகில் உள்ள அனைத்து மக்களும் இமயமலையில் வந்து கூடினர். இதனால் இமயமலை நடுங்கியது. பூமியின் வடபால் தாழ தென்பால் உயர்ந்தது. உயிர்களின் துயரத்தைப் போக்கும் பொருட்டு ஈசன் அகத்தியரைப் பொதிகைமலைக்குச் சென்று தவமிருக்குமாறு கூறினர். அப்போதுதான் பூமி சமனாகும். அவருக்கு மட்டும் தனியாகத் தமது திருமணக்கோலத்தைக் காட்டுவதாக இறைவன் உறுதியளித்த பின்னரே அகத்தியர் பொதிகைமலைக்குச் சென்றார். பூமியும் சமனாகியது. எனவே, ஈசனையொத்த சக்தியைப் பெற்ற முனிவனாகிய அகத்தியரை 'சிவனை நிகர் பொதிய வரை முனிவர்' என்று அருணகிரியார் பாடியது சாலப் பொருத்தமாகும்.

ஒருசமயம் அகத்தியர் தென்திசை நோக்கி வந்தார். அப்பொழுது ஒரு மரத்தில் முனிவர்கள் சிலர் தலைகீழாகத் தொங்கிக் கொண்டிருந்தனர். அப்போது அகத்தியர் அந்த முனிவர்களைப் பார்த்து, "நீங்கள் இவ்வாறு தலைகீழாகத் தொங்கக் காரணம் என்ன?" என்று கேட்டார்.

அதற்கு அந்த முனிவர்கள். "எங்கள் சந்ததியில் அகத்தியன் என்ற ஒருவன் பிறந்து திருமணம் செய்யாமல் இல்லற வாழ்வு வாழாமல் இருக்கிறான். அதனால் எங்களுக்கு இந்த நிலை ஏற்பட்டது. அவன் திருமணம் செய்து கொண்டால் எங்களுடைய இந்த பாவம் நீங்கும்" என்றனர்.

தன் தவறுணர்ந்த அகத்தியர் "உங்களின் சாபத்திற்குக் காரணமான அகத்தியன் நான் தான்., விரைவில் உங்கள் அனைவரையும் விடுவிக்கின்றேன்." என்று அவர்களுக்கு ஆறுதல் கூறினார்.

பின்பு விதர்ப்ப நாட்டை அடைந்து, அந்நாட்டு அரசனின் யாகத்தில் பிறந்த 'உலோப முத்திரை' என்ற மங்கை நல்லாளை மணந்து, தனது முன்னோர்களின் சாபத்தைப் போக்கினார். அதன்பின் பொதிகை மலையில் தங்கி முருகப் பெருமானின் கட்டளைக்கு இணங்கி, தமிழில் 'அகத்தியம்' என்ற இலக்கண நூலை இயற்றித் தமிழை வளர்த்தார்.

அகத்தியருக்கு, திரண தூமாக்கினி (தொல்காப்பியர்), அதங்கோட்டாசான், துராலிங்கன், கழாரம்பன், செம்பூட்சேய், வையாபிகன், பனம்பாரன், அவிநயன், காக்கைப் பாடினி, நற்றத்தன், வாமனன் முதலிய சீடர்கள் இருந்ததாகக் கூறுவர்.

அவரது முதன்மை சீடரான 'தொல்காப்பியர்' இயற்றியது தான் ஒப்பற்ற தமிழ் இலக்கண இலக்கிய நூலான தொல்காப்பியம்.

ஒருசமயம் வில்லவன், வாதாபி என்னும் இரண்டு அரக்கர்கள் இருந்தனர். வில்லவன் பிராமணன் உருவம் கொண்டு அவ்வழியே வரும் வேதியர், முனிவர் ஆகியோரை விருந்துண்ண அழைத்து, வாதாபியை ஆட்டுக்கறியென சமைத்து வைத்து, வந்தவரை விருந்துண்ண அழைப்பான். வந்தவர்கள் வயிறார உண்டபின், வில்லவன் "வாதாபி வெளியே வா" என அழைப்பான். உடனே உணவு உண்டவரின்

வயிற்றைக் கிழித்துக் கொண்டு வாதாபி வெளியே வருவான். உணவு உண்டவர் மாண்டு போவார். அந்த நர மாமிசத்தை இருவரும் உண்பர்.

இக்கொடுமையை அகத்தியரிடம் சென்று பல முனிவர்கள் கூறினார்கள். ஒருநாள் அகத்தியர் அந்த இரண்டு அரக்கர்கள் இருக்கும் வழியே சென்றார். வில்லவன், வாதாபி என்ற இரு அரக்கர்களில் வில்லவன் பிராமணனாக மாறி, வாதாபியை ஆட்டுக்கறியென சமைத்து, அகத்தியரை உணவு உண்ண அழைத்தான். அகத்தியரும் உண்டார்.

உடனே வில்லவன் "வாதாபி வெளியே வா" என அழைத்தான். அவ்வாறு அவன் அழைக்கும் போதே அகத்தியர் தனது வயிற்றைத் தடவி கொண்டே 'வாதாபி ஜீரணமாவாய்' என்றார். வாதாபி, அகத்தியரின் வயிற்றிலேயே மாண்டான். கோபம் கொண்ட வில்லவன் அகத்தியரை எதிர்த்தான். அகத்தியர் அவனை அழித்தார்.

அகத்தியர் சிவபூசை செய்வதற்குக் கமண்டலத்தில் கொண்டு வந்த கங்கை நீரை, விநாயகர் காக்கை உருவில் வந்து சாய்த்துவிட, கமண்டலத்திலிருந்து வழிந்தோடிய நீர்தான் 'காவிரி' எனப் புராணம் கூறுகின்றது.

அகத்தியர் இசையிலும் வல்லவராகத் திகழ்ந்தார். இலங்கைப் பெரு வேந்தனான இராவணனைத் தம் இசைத் திறத்தால் வென்றார்.

அகத்தியரால் எழுதப்பட்ட பாடல்கள் 'அகத்தியர் ஞானப் பாடல்கள்' என்னும் பெயரில் வழங்கப்படுகின்றன. சிறந்த நீதிகளைக் கூறுவனவாக அப்பாடல்கள் அமைந்துள்ளன. ஒரு பாடல் பின்வருமாறு:

"மோட்சமது பெறுவதற்குச் சூட்சுமம் சொன்னேன்

மோகமுடன் பொய் களவு கொலை செய்யாதே

காய்ச்சலுடன் கோபத்தை தள்ளிப்போடு

காசினியில் புண்ணியத்தைக் கருதிக் கொள்ளு

பாய்ச்சலது பாயாதே பாழ்போ காதே

பலவேத சாத்திரமும் பாரு பாரு

ஏச்சில்லா தவர்பிழைக்கச் செய்த மார்க்கம்

என் மக்கா ளௌண்ணி யெண்ணி பாரீர் நீரே"

மோட்சம் (வீடுபேறு) என்னும் முக்தி நிலை அடைவதற்குச் சூட்சுமத்தைச் சொன்னேன். காம மயக்கத்துடன் பொய், திருட்டு, கொலை செய்யக் கூடாது. தாக்கும் தன்மையதான கோபத்தை நீக்கிடுவாய். உலகில் புண்ணியத்தை நினைவில் கொண்டு செய்வாய். எவரையும் தாக்க முனையாதே. அதனால் பழகாதே. வேத சாத்திரங்களையும் கற்று உணர்வீராக. இதில் அவர் பிழைப்பதற்காகச் செய்த வழியை என் மக்களே எண்ணி பார்ப்பீராக என்பது மேற்காணும் பாடலின் கருத்தாகும்.

இன்னும் இது போன்ற பல கருத்துள்ள பாடல்கள் 'அகத்தியர் ஞானம்' என்னும் நூலுள் இடம்பெற்றுள்ளன. தலை சிறந்த சித்தரான அகத்தியர், கும்பகோணத்தில் உள்ள கும்பேசுவரர் கோயிலில் சமாதியானார்.

மேற்கூறிய செய்திகளில் இருந்து அகத்தியர் பொதிகைமலையில் வாழ்ந்த முனிவரென்றும், அவர் கும்பத்தில் இருந்து தோன்றியதால் கும்பமுனி என்றழைக்கப்பட்டாரென்றும் சிவனையொத்த சக்தி பெற்றவரென்பதும் அறிய முடிகிறது.

புலத்தியர்

புலத்தியர் பொதிகைமலையில் வசித்தவர். இவர் அகத்தியரின் சீடராகி அவரிடமிருந்து சித்த மருத்துவ முறைகளை முறைப்படிக் கற்றாரென்று மக்களால் நம்பப்படுகின்றது. தேவ ரிஷியின் வரத்தினால் கமல

முனிக்குப் பிறந்தவனும், அகத்தியருக்கு உதித்த மாணவனும் ஆகியவன் புலத்தியன் என்பர். இவரை பிரம்மனின் மகன் என்றும் கூறுவர்.

புலம் என்றால் வேதத்தில் தவத்தைக் குறிக்கும். இவர் தவத்தால் புகழ் பெற்றவர் என்பதால் இப்பெயர் பெற்றார் என்று 'அபிதான சிந்தாமணி' என்னும் நூல் கூறுகிறது.

இவர் திரணபிந்துவின் தவச்சாலையில் தவம் செய்து கொண்டிருக்கும் போது, பெண்கள் நீராட அச்சோலைக்கு வருவதைக் கண்டு கோபப்பட்டு, "ஓ பெண்களே! இனி என்னெதிரில் யாராவது வந்தால் அவர்கள் கர்ப்பமடைவார்கள்" எனச் சாபமிட்டார்.

அதனால் பெண்கள் யாரும் இவர் எதிரே வராமல் இருந்தனர். இதனை அறிந்த திரணபிந்துவின் மகள், இவர் ஆசிரமத்திற்குச் செல்ல, கர்ப்பம் அடைந்தாள். அதனால் தன் தந்தையிடம் கூறி இவரை மணந்தாள்.

கார்த்தவீரியனால் சிறையிடப் பெற்ற இராவணனை மீட்டவர் இவரே. இவர், பராசர முனிவர் அரக்கரைக் கொல்லச் செய்த வேள்வியைத் தடை செய்தார்.

இவர்தான் முதலில் புராணங்களை வெளிப்படுத்தியவர் என்னும் கருத்தை பெயர்ச்சொல் அகராதி கூறுகிறது. இவர் வைத்திய சூத்திர நூலொன்றையும் இயற்றியுள்ள குறிப்பும் காணப்படுகின்றது.

"திருவளரும் தென்பொதிகை தன்னில் வாழும்

தெட்சிணாமூர்த்தியுட சீடனான

குருமுனி பாலனென்னும் புலத்தியனாமடியேன்

கூறுகின்றேன் வயித்திய சூத்திரத்தையானும்"

என்கிறார்.

"செல்வம் கொழிக்கும் பொதிகைமலையில் தெட்சிணாமூர்த்தியின் சீடனான அகத்தியனின் மாணவன் புலத்தியனாகிய நான் வைத்திய சூத்திரத்தைக் கூறுகிறேன்" என்று நூலாசிரியர் கூறுகிறார்.

அகத்தியரின் பதினெட்டு மாணவர்களுள் புலத்தியரும் முக்கியமான மாணவராகத் திகழ்ந்துள்ளார் என்பதை ஒரு அறிஞர் தம் நூலில் எடுத்துரைக்கின்றார்.

"பேறு பெற்றோர் என் சிசுக்கள் பதினெண் பேர்கள்"

என்று கூறுவதுடன் மற்றொரு பாடலில்,

"ஆமே தான் கைலாச பருப்பதந் தன்னில் அனந்த

மாயுகம் கோடி தவசிருந்தோம் பாரு

நாமே தான் வசித்தார் வட மேருகிரியில் நவகோடி

காலங்களும் தேறினோம் பாரு

கோமே தான் தானென்னுடைய குழுவினர்களாலே

குருமுனி என்னும் பேர் சிவன் தந்தார் பாரு

மூமென்ற மூன்று பேர் புலத்தியனே தேறன் முதன்மை

பெறும் ஓதி யென் சீடனாமே"

என்று அகத்தியர் கூறியதை அறிஞர் ஒருவர் தம் நூலில் எடுத்துரைக்கின்றார்.

அகத்தியருக்குக் குருமுனி என்னும் பெயரை அவருடைய குருவாகிய சிவன் தந்தாரென்பதும், அவரது முதன்மை மாணவர்களாக அவர் கருதியது புலத்தியர், தேரையர், பூகிமுனி ஆகிய மூவரையே என்பதும் தெரிகின்றது. புலத்தியர் அகத்தியரின் முதன்மை மாணவர்களுள் ஒருவராக விளங்கினார் என்பதும் இவர் சிறந்த சித்த வைத்தியராகப் பொதிகைமலையில் திகழ்ந்தார் என்ற விபரங்களும் அறியப்படுகின்றன. இவர் பாபநாசத்தில் சமாதியானார்.

மச்சமுனி

மீன் வயிற்றில் பிறந்த முனிவர் மச்சமுனி. இதற்கு உதாரணமாக ஒரு செய்தி கூறப்படுகின்றது.

சிவபெருமான் தாரக மந்திரத்தை உமையம்மைக்கு உபதேசித்த போது அம்மையார் சிறிது சோர்வுற்று கண்ணயர்ந்தாள். தாம் உபதேசித்த மந்திரத்தைக் கடல் நீரில் கிடந்த கருவுற்ற மீன் ஒன்றும், அதன் வயிற்றில் கருவாயிலிருந்த குஞ்சும் விரும்பிக் கேட்டதையறிந்த சிவபெருமான் அதனைக் கருணையோடு நோக்கினார். தாரகத்தால் வாசக தீட்சையும், பார்வையால் நயன தீட்சையும் பெற்ற மீனின் வயிற்றிலிருந்து அழகிய ஆண் குழந்தையொன்று வெளிவந்து அம்மையப்பரை வணங்கியது.

இறைவன் அக்குழந்தைக்கு 'மச்சேந்திரன்' எனத் திருநாமஞ்சூட்டி, 'நாடெங்கும் சென்று நமது நெறி பரப்பி சித்தாடி மக்கள் துயர் தீர்த்து வருக' எனக் குழந்தைக்கு விடை கொடுத்தார் என்ற செய்தியை ஒரு அறிஞர் தம் நூலில் குறிப்பிடுகிறார்.

மீன் வயிற்றில் பிறந்த மச்சேந்திரர் எப்போதும் சிவனையே நினைத்துத் திரிந்துள்ளார். மலைகளிலும், காடுகளிலும் சுற்றித் திரிந்து கடுந்தவமியற்றி இறையருளால் ரசவாதத்தையும், மருத்துவத் திறனையும், அளவற்ற சித்துக்களையும் கைவரப் பெற்றார். கொல்லி மலையில் நெடுங்காலம் தவமியற்றிய மச்சேந்திரர் பின்பு பொதிகை மலைக்குச் சென்றார். இங்கு பலகாலம் வரையிலும் தவமியற்றி சித்திகள் பலவற்றையும் பெற்றார் என்ற செவிவழிச் செய்தியினை மக்களும் நம்பி வருகின்றனர். இவர் போகர், காகபுஜண்டர், நந்தி தேவரிடம் சீடராக இருந்தார் என்ற செய்தியும் உண்டு.

மச்சமுனி சித்தர், விசாலாட்சி சமேதராக மதுரை திருப்பரங்குன்றம் மலையில் உள்ள காசிவிஸ்வநாதர் கோயிலில் வீற்றிருக்கும் காசிவிஸ்வநாதரிடம் தன் ஆன்மாவையும் தன் உடலை முருகன் உருவாக்கிய கங்கை தீர்த்தத்தில் மீனாகவும் ஜீவசமாதி அடைந்துள்ளார். மச்சமுனி ஐயாவை காண பக்தர்கள் தயிர் வாங்கி சுனை நீரில் விடும்பொழுது ஐயா மீன் வடிவத்தில் வந்து தயிரை உண்டு நம் பாவங்களை களைவார் என்பது நம்பிக்கை.

"சித்தான சித்து முனி மச்சனப்பா

சீருலகில் நெடுங்காலம் மிகுந்த சித்து

சத்தான திரேகமதை நம்பாமல் தான்

தாரனியிலிருந்த தொரு தனத்தை எல்லாம்

நித்தியமும் அகதிகட்கு அன்னந் தந்து

நிட்களங்க நிடேத வழி தெரிந்துமே தான்

பக்தியுடன் நம்பாளின் தரிசனத்தால்

பாருலகை மறந்தொரு சித்தனாமே"

என்று மச்சமுனி சித்தரைப் பற்றி ஒரு பாடல் குறிக்கிறது.

மச்சமுனி கடைக்காண்டம், கலைஞானம், நிகண்டு, மூப்பு, தீட்சை, திராவகம் வைத்தியம், பெருநூல் காவியம், சரக்கு சைப்பு, வாகர யோகம் காரணஞானம், சூத்திரம் போன்ற நூல்களை எழுதினார். மாயாஜாலங்களைப் பற்றிய மாயாஜால காண்டம் என்னும் நூலையும் இயற்றினார் என்றும் கூறப்படுகிறது.

கோரக்கச் சித்தர்

கோரக்கச் சித்தர் மச்சேந்திரரின் மாணவராகக் கூறப்படுவதால் இவ்விருவரின் வரலாறும் ஒன்றுக்கொன்று நெருங்கிய தொடர்புடையதாகவே உள்ளது.

பொதிகைமலையில் யோகம் செய்து வந்த மச்சேந்திரர் சிவராம தீட்சிதர் என்பவரின் மனைவிக்குத் திருநீற்றை அளித்தார். அந்த அம்மையார் திருநீற்றை அடுப்பில் போட்டுவிட்டார். பல ஆண்டுகள் கழித்து அங்கு வந்த மச்சேந்திரரிடம் அந்த அம்மையார் நடந்ததைக் கூறி வருந்தினார். 'திருநீறு அருமருந்து' என்பதை நிரூபிக்க வேண்டி அடுப்புச் சாம்பலில் கொட்டியிருந்த குப்பைக் குழியைக் கண்டு இறைவனை நினைத்து, 'கோரக்கா' என்று கூறி அழைத்தார். குப்பைக் குழியிலிருந்து தோன்றிய கோரக்கர் அன்றிலிருந்து மச்சேந்திரரின் அன்புக்குரிய மாணவரானார்.

கோரக்கர் தம் குருநாதருடன் அவர் எங்கு சென்றாலும் உடனேயே செல்வார். இவர் ஆழ்ந்த குருபக்தி உடையவர். இதற்குச் சான்றாக ஒரு சில நிகழ்ச்சிகள் கூறப்படுகின்றன.

கோரக்கர் தினமும் பிச்சையேற்று வந்து தம் குருவுக்கு கொடுப்பார். ஒருநாள் பார்ப்பினி ஒருத்தி ஒரு வடையையும் சேர்த்து வழங்கியுள்ளார். அதன் சுவையைக் கண்ட மச்சேந்திரர் மறுநாளும் வடை கேட்டுள்ளார். அன்றும் அந்தப் பார்ப்பினியிடம் சென்று கோரக்கர் வடை கேட்டார். பார்ப்பினி மச்சேந்திரரைப் பரிகாசம் செய்துள்ளார். கோரக்கர் மிகவும் பரிவுடன் கேட்டதைக் கண்ட பார்ப்பினி "உமது கண்களைத் தாருங்கள். நானும் வடை சுட்டுத் தருகிறேன்" எனக் கூறினார்.

உடனேயே தமது வலக்கண்ணைப் பெயர்த்து அவ்வம்மையாரிடம் தந்து எமது குருவிற்கு வடை தாருங்கள் என்று கூறியுள்ளார். பின்பு அப்பார்ப்பினி தமது தவறுக்கு வருந்தி கோரக்கரை வணங்கிவிட்டு, நெய்யில் வடை சுட்டுத் தந்தார். இதனையறிந்த மச்சேந்திரர் தமது இறையருளால் சீடரின் கண்ணை மீட்டுத் தந்தார் என்று கூறுவர்.

கோரக்கரின் தவ வலிமையையறிந்த மச்சேந்திரர் தமது சீடர் தனித்து தவமியற்றி சித்துக்கள் பலவற்றை பெற

வேண்டுமென்று விரும்பி இந்தியாவின் பல்வேறு இடங்களுக்கும் பயணமானார். மலையாள தேசத்தில் பல சித்துக்களைச் செய்து வந்தவர், அந்நாட்டு இளவரசி பிரேமளா என்பவரை மணந்து ஓர் ஆண்மகனையும் பெற்றார். தன்னை அழைத்துச் செல்ல தன் சீடன் வருவான் என்று பிரேமளையிடம் மச்சேந்திரர் கூற பிரேமளை தன் நாட்டிற்குள் எந்த துறவியும் நுழையாமல் பார்த்துக் கொண்டாள்.

மச்சேந்திரர் கூறியபடியே தன் குருவைத் தேடிவந்த கோரக்கர் அங்கே நடப்பவைகளை அறிந்து பல்வேறு முயற்சிகள் செய்து தம் குருநாதரை சந்தித்துப் பேசி இப்பற்றுகளைத் துறந்து வருமாறு கூறினார். அவருக்குப் பணிவிடைகளும் செய்து வந்தார். மச்சேந்திரனின் மகன் ஒருநாள் மலம் கழித்துவிட்டான். கோரக்கர் அவனைத் தூய்மை செய்யும் நோக்குடன் எடுத்துச் சென்று துணி துவைப்பது போல துவைத்துக் குழந்தையை உலர வைத்துவிட்டார். இதனையறிந்த மச்சேந்திரரும், அவரது மனைவியும் வருந்தியதைக் கண்ட கோரக்கர் குழந்தையை மீண்டும் உயிர்ப்பித்துத் தந்தார் என்றெல்லாம் கூறுவர்.

கோரக்கரின் குருபக்தியைக் கண்ட மச்சேந்திரரே அவர்பால் அச்சங்கொண்டு கோரக்கருடன் தமிழகம் நோக்கி வந்தார். பின் பல்லாண்டுகள் அங்கு வாழ்ந்து சித்தியடைந்தார். பின்பு கோரக்கர் சித்தர் தலைவராய்த் திகழ்ந்து பல மாணக்கர்கட்கு உபதேசம் செய்தார். கஞ்சாவை அவர் மருத்துவத்துக்குப் பயன்படும் முக்கிய மூலிகையாகத் பயன்படுத்தியுள்ளதால் இதை 'கோரக்கர் மூலிகை' என்பர். இவர் இயற்றிய மருத்துவ நூல் 'கோரக்கர் வைப்பு' என்பதாகும்.

இவர் மூலிகை மருந்து ஆராய்ச்சி செய்யும் போது, காயகல்பம் செய்து கொண்டு அல்லம தேவர் என்பவர்முன் தமது உடல் வலிமையைக் காட்டுவதற்காக, அல்லம தேவர்

என்பவரின் கையில் வாள் ஒன்றைக் கொடுத்துத் தன்னை வெட்டும்படிக் கூறினார். அவ்வாறே தேவரும் இவருடைய உடலை வெட்டியபோது உடலுக்கு ஒன்றும் ஆகவில்லை. ஆனால் வாள் மழுங்கியது. பின்பு அல்லமர் அந்த வாளைக் கோரக்கரிடம் கொடுத்து தம்மை வெட்டக் கூறினார். அவ்வாறு கோரக்கர் செய்ய, வாள் உடலுக்குள் புகுந்து வெளிப்பட்டது என்றாலும், உடலிலிருந்து ஒரு சொட்டு இரத்தமும் வெளிப்படவில்லை. உடல் எந்த அசைவும் இல்லாதிருந்தது. இதனைக் கண்ட கோரக்கர் அல்லம தேவருக்கு அடிமைப்பட்டார் என்ற ஒரு கூற்றும் கிடைக்கப் படுகிறது.

கோரக்கர் பல்லாண்டு காலங்கள் வரையிலும் தவமியற்றிப் பல்வேறு நூல்களையும் செய்தருளினார். இறுதியில் பல இடங்களில் ஜீவசமாதி அடைந்தார். கோரக்கரின் ஜீவ சமாதிகள் இந்தியாவெங்கும் எட்டு இடங்களில் காணப்படுகின்றன. அவை 1.பொதிகை மலை, 2.ஆனை மலை, 3.கோரக்நாத் திடல் (பாண்டிய நாடு), 4. வடக்குப் பொய்கை நல்லூர், 5.பளூர்ப்பட்டி (தென் ஆற்காடு மாவட்டம்), 6.கொல்லிமலை (சதுரகிரி), 7.பத்மாசுரன் மலை (கர்நாடக மாநிலம்), 8.கோரக்பூர் (வடநாடு) இவற்றுள் வடக்குப் பொய்கை நல்லூர் மற்றும் பளூர்ப்பட்டி ஜீவ சமாதிகளைப் பற்றி கோரக்கரே தம் நூல்களில் குறிப்பிட்டுள்ளார்.

பொதிகைமலை, ஆனைமலை சமாதிகளைப் பற்றி இன்று வரையிலும் அறிய இயலவில்லை என்று கூறுவர். இதிலிருந்து ஒரே சித்தர் பலவிடங்களிலும் சமாதிநிலை அடையக்கூட முடியுமென்ற செய்தி அறியப்படுகின்றது.

கோரக்கர்களின் வரலாறு பற்றிய செய்திகள் தமிழ் இலக்கியங்களிலோ சமய இலக்கியங்களிலோ சிறிதும் காணப்படவில்லை. இலக்கிய இலக்கண உரைகளிலும் சித்தர்களைப் பற்றிய வரலாற்றுக் குறிப்புகள் காணப்படவில்லை. தமிழ் இலக்கிய வரலாற்று

ஆசிரியர்களும் சித்தர்களை விரிவாக ஆராய முற்படவில்லை.

காலங்கி நாதர்

தலைசிறந்த சித்தர்களுள் காலங்கி நாதரும் ஒருவர் ஆவார். இவர் சித்திரை மாதம் அஸ்வினி நட்சத்திரம் நான்காம் பாதத்தில் பிறந்தவர். திருமந்திரம் என்ற ஒப்பற்ற நூலை எழுதிய திருமூலரின் தலைசிறந்த சீடர் ஆவார். இவர் தம் குருநாதரைப் போலவே கூடு விட்டுக் கூடு பாயும் கலையை அறிந்தவர். குருநாதரின் உபதேசத்திற்குக் கீழ்படிந்து நல்லவர்கட்கு உபதேசம் செய்து கொண்டிருப்பார். "உள்ளத்தை ஒரு நிலைப்படுத்தி, உங்களை உணர்ந்து கொள்ளுங்கள். திவ்வியமான போரொளி எழும். அப்போது உங்கள் முன்னால் முக்தர்கள் பலர் வருவார்கள். அவர்கள் உங்களுக்கு வாழ வழிகாட்டுவார்கள்" என்றெல்லாம் பலவாறு உபதேசங்களைச் செய்து கொண்டேயிருப்பார்.

காலங்கிச் சித்தருக்குப் பல சித்தர்கள் நேரில் வந்து தரிசனம் தந்துள்ளனர். ஒருநாள் காலங்கிநாதர் தவம் செய்து கொண்டிருந்த போது அவருக்கு முன்னால் ஒரு ஆமை மெதுவாக ஊர்ந்து வந்தது. அதைக் கண்ட காலங்கிநாதர் "மகாவிஷ்ணு கூர்ம அவதாரம் எடுத்தபோது, அவரிடம் உபதேசம் பெற்ற இந்த மகாபுருஷர், ஒரு சித்தர்" உபதேசத்தில் அனுபவத்தை கொண்டு வந்து, சாதனை செய்ததன் பலனாகத்தான் இந்தச் சாரூப (தெய்வீக) நிலையை அடைந்திருக்கிறார் என்ற உண்மையை உணர்ந்த காலங்கிநாதர் இந்தச் சித்தரை மிகுந்த பய பக்தியுடன் வணங்கினார். இதே போல சிங்கச் சித்தர், வாமனச் சித்தர், பரசுராமச் சித்தர், ராமச் சித்தர், பலராமச் சித்தர், கிருஷ்ணச் சித்தர், கற்முகிச் சித்தர் முதலானவர்களையும் தரிசித்தார். இவர் சித்தர்களை சதுரகிரி மலையில் சந்தித்ததாகவும் கூறுவர்.

காலங்கி நாதர் மூவாயிரம் ஆண்டுகளுக்கு மேலாக வாழ்ந்திருந்ததாக அவருடைய சீடர் போகர் கூறுகிறார். காற்றையே உடலாகக் கொண்டவர் என்றும், காலனைப் போன்றே நெருப்பானவர் என்றும், காலனால் நெருங்க முடியாதவர் என்றும் இவருடைய பெயருக்குக் காரணம் கூறுவதுண்டு. இவர் சிவபெருமானின் அம்சமான அட்ட பைரவர்களுள் ஒருவர் என்றும் கூறுவர்.

காலாங்கி நாதர் சீன நாட்டவர் என்பது பொதுவான கருத்து. உலோகங்களை உருக்கி வார்ப்பதைத் தொழிலாகக் கொண்ட கன்னார் குலத்தில் பிறந்தவர் என்றும் கூறுவர். பக்தியுள்ள சீன மக்களுக்கு அவ்வப்போது காட்சி தந்து, அருளும் ஆசியும் வழங்குவார் என்றும் அவருடைய சீடர் போகர் கூறியுள்ளதாகத் தகவல் உண்டு.

காலங்கிநாதர் வைத்திய காவியம் 1000, ஞான சாராம்சம் 500, வகாரத்திரவியம் 200, ஞானம் 100, கற்பவிதி 34, ஞான பூஜா விதி 80, தாண்டகம் 80, பக்ஷணி 51, இந்திரஜால ஞானம் 46, தீட்சா விதி 35, உபதேச ஞானம் 34, சூத்திர 33, ஞான விந்த ரகசியம் 30, ஞான சூத்திரம் 29 முதலான நூல்களைக் காலாங்கிநாதர் இயற்றியுள்ளார்.

காலாங்கிநாதர் சீனாவில் சமாதியில் இருந்ததாகவும், அவரை போகர் சென்று வணங்கி வழிபட்டுள்ளதாகவும் வரலாறு உண்டு.

புலிப்பாணிச் சித்தர்

போகரோடு சீன தேசத்திலிருந்து வந்து, அவர் மீளும் போது அவருடன் செல்லாமல் தமிழ்நாட்டிலேயே தங்கியவர் புலிப்பாணி சித்தர் என்ற கருத்து நிலவுகிறது.

புலியைத் தனது வாகனமாகக் கொண்டு அட்டமா சித்துக்கள் பலவற்றையும் அறிந்து வாழ்ந்த சித்தரே புலிப்பாணிச் சித்தர் என்னும் குறிப்பு 'அபிதான சிந்தாமணி'

என்னும் நூலில் காணப்படுகிறது. ஆனால், அவ்வாறு இருக்க வாய்ப்பில்லை. பாணி என்பது பாதம், புலியைப் போல பாதத்தோடு விளங்கினார் என்று பொருள் கொள்பவரும் உண்டு.

இவரது குரு காலங்கிநாதர். புலிப்பாணிச் சித்தர் தமது 'புலிப்பாணி வைத்தியம் 500' என்னும் நூலில் ஏவல், பில்லி, பேய் முதலியன விலகுவதற்குரிய மந்திரத்தையும், மருத்துவத்தையும் கூறியுள்ளார். 'புலிப்பாணிச் சித்தர்களால் புடைசூழ்ந்த குமரகுரோ' என்று ஸ்கந்தகுரு கவசத்தில் முருகன் பாராட்டப்படுகிறான்.

இவர் வைத்தியம், ஜால வித்தைகளில் வல்லவர். வைத்திய சாஸ்திரத்தில் 500 செய்யுளும், பல திரட்டில் 100 செய்யுளும், ஜாலத்திரட்டில் 200 செய்யுளும் இவர் இயற்றியவையாகும்.

நவகண்ட ரிஷிக்கும் வேடர் குலக் கன்னிக்கும் பிறந்தவர் புலிப்பாணிச் சித்தர். இவரது குருவான காலங்கிச் சித்தரது கடாட்சத்தாலே வேங்கையைப் பசு போல் அடக்கி வாகனமாக்கிச் சுற்றி வந்தவர். இவர் வேங்கையை வாகனமாக்கிக் காலங்கியிடம் சென்று உபதேசம் பெற்றார் என்றெல்லாம் கூறப்படுகின்றது.

சாதாரணமனிதர்களாலும்தீய சக்திகொண்டவர்களாலும் தனக்கும், நல்ல எண்ணம் கொண்ட மக்களுக்கும் பாதிப்பு ஏற்படா வண்ணம் பாதுகாப்பதற்காகவே இவர் புலியைத் தனது வாகனமாக்கிக் கொண்டு இவ்வுலகில் வாழ்ந்திருப்பார் என்று கருதத் தோன்றுகிறது. இவர் பழனிக்கு அருகில் உள்ள வைகாவூரில் சமாதியானார்.

தேரையர்

இவர் தரும செளமியர் மாணாக்கர், அகத்தியரின் மாணாக்கர் என்றும் கூறுவர். அகத்தியருக்கு பதினெட்டு மாணவர்கள்

இருந்தனர் என்பதை அகத்தியர் வரலாற்றில் முன்பு கண்டோம். அதில் மூன்று முக்கியமானவர்களை அவரே கூறும் போது,

"மூமென்ற மூன்று பேர் புலத்தியனே தேறன் முதன்மை
பெறும் யூகி முனியென் சீடனாமே"

என்று தேரையரையும் சேர்த்துக் கூறுயுள்ளார்.

தேரையர் என்ற பெயர் இவருக்கு ஏற்பட்டதற்கு ஒரு வரலாறு கூறப் படுகிறது. அகத்தியர் ஜோதிடக் கலையிலும் சித்த மருத்துவத்திலும் வல்லவர்.

தொல்காப்பியரின் நாசி வழியே நீரை ஏற்றி இறக்கும் யோகப் பயிற்சியின் போது அந்த நீரில் நுண்ணுயிராய் கரைந்திருந்த தேரை ஒன்று அவர் தலைக்குள் ஏறி தீராத வலியை ஏற்படுத்தியது. அதையுணர்ந்த அகத்தியர் தம் பொன்னரங்கன் என்ற சீடரின் உதவியோடு தொல்காப்பியரின் தலையை அறுவை சிகிச்சை செய்து தேரையை அகற்றியக் காட்சி போகரின் ஏழாயிரத்தில் உள்ளது.

அகத்தியர், தொல்காப்பியரின் தலைக்குள்ளிருந்த தேரையைக் குறடாவினால் பிடிக்க முயன்றார். அப்போது பொன்னரங்கன் என்கிற அவர் சீடர் ஒரு உத்தியுரைத்தார். ஒரு மண்பாண்டத்தில் தண்ணீர் எடுத்துத் தேரை முன் வைத்தார். தொல்காப்பியரின் மண்டைக்குள்ளிருந்த அந்தத் தேரையானது நீரைக் கண்டு அதனுள் தாவிக்குதித்து வெளியேறிற்றாம். அன்றுமுதல் அந்தச் சீடர் 'தேரையர்' என்றழைக்கப்பட்டாராம்.

"கவனிக்கும் வேளையிலே கத்தி கொண்டு
கருத்துடனே மூளைதனைக் கீறிப் பார்க்க
மவுனமென்ற மூளை தன்னில் தேரை தானும்

மார்க்கமுடன் கல்வியல்லோ கொண்டு நிற்க

புவனமென்ற குறடாவால் எடுக்கப் போனார்

புகழ்ான தேரையார் முனிவர் தாழும்

கவன்மென்ற பாணியில் எடுக்கத் தந்திரம்

சாற்றினார் தேரையர் சாற்றினாரே"

என்று இவரது வரலாற்றைக் கூறுகிறார் அறிஞர்.

தமது குருவான அகத்தியரின் கண்பார்வை மங்கிய நிலையில் அவருக்கும் வைத்தியம் செய்வித்து மீண்டும் பார்வையை முன்னைவிட தெளிவாக்கியவர் தேரையர். இதற்குச் சான்றாகவும் ஒரு நிகழ்ச்சி கூறப்படுகிறது.

அகத்தியருக்குக் கண் பார்வை மங்கத் துவங்கியது. அவரது சீடர்கள் அவரிடம் அனுமதி பெற்றுக் கொண்டு தேரையரை நாடிவந்தனர். தாங்கள் வந்த விவரத்தை விரிவாகவும், தெளிவாகவும் கூறினார்கள். அவரும் 'நான் ஐந்தாறு நாட்களுக்குள் அங்கு வருகிறேன்' என்று கூறினாராம். அவரும் தான் கூறியபடியே அகத்தியர் ஆசிரமத்தினையடைந்து மூலிகைச் சாற்றைப் பிழிந்து அகத்தியரின் கண்களில் ஊற்றினார். அகத்தியரின் கண்களில் பார்வை வந்தவுடன் அகத்தியர் தம் எதிரில் இருந்த தேரையரைப் பார்த்தார்.

"அப்பா! சடை முடியும் தாடியும் உன்னை அடையாளம் தெரியாதபடிச் செய்தாலும், நீ தேரையன் என்பது எனக்குத் தெரியும். முயற்சி செய்து முக்கால் வைத்தியனாக இருக்கிறாய், ம்…" என்று சொன்னார்.

அகத்தியர் சொல்லைக் கேட்டுத் தேரையர் மனம் தளரவில்லை, "குருநாதா! நான் உங்கள் அடிமை" என்று சொல்லி, அகத்தியர் கால்களில் விழுந்து வணங்கினார். தேரையரைத் தூக்கி எடுத்து நெஞ்சோடு நெஞ்சாகக் கட்டித்

தழுவிக் கொண்டார் அகத்தியர் என்று கூறுகிறார் ஒரு அறிஞர்.

இவர், பதார்த்த குண சிந்தாமணி, நீர்க்குறி நூல், நெய்க்குறி நூல், தயிலவர்க்க சருக்கம், சிகிச்சை ஆயிரம், சிகாமணி வெண்பா, மருத்துவ பாரதம், வைத்திய யமக வெண்பா, மணி வெண்பா, நாடிக் கொத்து, நோயணுகா விதி, நோயின் கரிசல் முதலிய பல நூல்களை இயற்றியுள்ளார்.

இவர் எழுதிய 'பதார்த்த குண சிந்தாமணி' என்னும் நூல் 1804 பாடல்களைக் கொண்டது. அந்நூலில் மரம், செடி, கொடி இவற்றின் பூ, இலை, கொட்டை, விதை, காய், கனி முதலியவற்றின் இயல்பு, பல்வேறு பறவை, விலங்குகளின் சிறுநீர், மலம், மாமிசம், பால் இவற்றின் இயல்பு; இவற்றில் இருந்து நோய்க்குத் தக்க மருந்தாக அமையும் தன்மை முதலியன விளக்கப்பட்டுள்ளன. இவரைத் தேரர் என்றும் கூறுவர். இவர் ஆயுர்வேதத்திலும் கரை கண்டவர் என்பது குறிப்பிடத்தக்கதாகும்.

வாழ்வில் அனைவரும் கண்டிப்பாகக் கடைபிடிக்க வேண்டியவைகளைத் தமது நூற்களில் இவர் குறிப்பிட்டுள்ளார் என்றும், பின்பு மேற்கு மலையாளத்தில் உள்ள தோரண மலையில் ஆசிரமம் அமைத்து சிவத்தையடைந்தார் என்றும் கூறப்படுகின்றது.

தேரையர் அகத்தியரின் தலைசிறந்த மாணவர்களுள் ஒருவராக விளங்கினார் என்பதும், இவர் சிறந்த சித்த மருத்துவர் என்பதும் மேற்கூறிய செய்திகளிலிருந்து அறியப்படுகின்றது.

இடைக்காடர்

தொண்டை நன்னாட்டின் 'இடையன் மேடு' என்ற பகுதியைச் சேர்ந்தவர் இடைக்காடர். இவர் மதுரைக்கு கிழக்கே உள்ள

இடைக்காடு என்னும் ஊரில் பிறந்தவர் எனவும் கூறுகின்றனர். ஆடுகளை மேய்ப்பதே இவரது தொழிலாகும். ஏழையாக இருப்பினும் தன்னை நாடி வந்தோரை இவர் அன்போடு வரவேற்று உபசரித்தார்.

அருளில் சிறந்தவர்கள் நவநாத சித்தர்கள். இவர்கள் கனிவுடைய நபர்களைக் காண்பதற்காக அவ்வப்போது சில இடங்களில் திடீரென்று தோன்றுவார்கள். ஒருநாள் இடைக்காடர் ஆடுகளை ஒரிடத்தில் மேயவிட்டு, ஒரு மரத்தடியில் நின்று தடியை தாங்கலாக வைத்துக் கொண்டு மனதை ஒருமுகப்படுத்தி யோக சாதனையில் இருந்தார். அப்பொழுது இறவா வரம் பெற்ற நவநாத சித்தர்களில் ஒருவர் இவரை அணுகி, இவரிடம் பால் கேட்டார். அச்சித்தருக்கு இவர் பால் கொடுத்து அன்பாக உபசரித்தார். இதனால் மனம் மகிழ்ந்த அந்த நவநாதச் சித்தர் ஒருசில நாட்கள் அங்கேயே தங்கி இடைக்காடருக்கு வைத்தியம், சோதிடம், யோகம், ஞானம் ஆகியவற்றை உபதேசித்து அருளினார். அதன் பின்னர் இவர் தெய்வத்தன்மை பெற்ற சித்தரானார் என்ற செய்தி இவரைப் பற்றிக் கூறப்படுகின்றது.

அகத்தியர் செளமிய சாகாரம் 1200 என்னும் நூலில் அகத்தியர் தமது சீடர்களைப் பற்றி விளக்கியதுடன் குரு சீடர் பரம்பரையைப் பற்றியும் விளக்கியுள்ளார் என்றும் கூறப்படுகின்றது. இதில், "கருவூராரின் மாணவர் இடைக்காடர், இவரது மாணவர் அழுகண்ணர்" என்ற செய்தியும் கூறப்படுகின்றது. இந்த குரு சீடர் பரம்பரையே இடைக்காடரின் பெருமைக்கு முதற் காரணம். குருவும் சீடரும் போற்றும் பெருமை பெற்றவர் இவர்.

ஞான யோகம் நடத்தும் யோகியும் தம் வயிற்றுப்பாட்டுக்குக் கர்மயோகம் புரிதலே சாலச் சிறந்தது என்பதற்கு ஏற்ப இடைக்காடர் ஆடுகளை மேய்த்துக் கொண்டு தமது கடமையைத் தவறாமல் செய்து கொண்டே ஞானத்தையும் அறிந்துள்ளார்.

இடைக்காடர் தம் வாழ்வின் பிற்காலத்தில் குமரிமண்டலத்தில் வாழ்ந்துள்ளார். இங்கு வாழ்ந்த காலத்தில் பன்னிரண்டு ஆண்டுகள் மழை இல்லாத காரணத்தினால் பஞ்சம் ஏற்பட்டது என்று செவிவழிச் செய்தி ஒன்று உள்ளது. இவரது சித்தாடலுக்கு ஒரு சான்று இந்நிகழ்ச்சியில் கூறப்படுகிறது. கோள்களில் இயக்கத்தால் பருவநிலை மாற்றம் அடைவது அறிவியல் உண்மை தான். நவக்கிரகங்களால் நிலை மாறியதால் பன்னிரண்டு ஆண்டுகள் மழை பொய்க்கவே இடைக்காடர் நவக்கிரக பிரதிஷ்டை செய்து ஆராதித்து மழை பெய்ய வைத்தார் என்றும் கூறுவர். இதன் பின்னணியில் அவரது சித்தாடல் பற்றி சுவாரஸ்யமாக ஒரு கதையும் கூறுவர். அதாவது,

மழையில்லாமல் பன்னிரண்டு ஆண்டுகள் நாட்டில் பஞ்சம் தலைவிரித்து ஆடும் என்பதை இடைக்காட்டுச் சித்தர் தம் ஞானதிருஷ்டியினால் அறிந்து கொண்டு முன்னெச்சரிக்கையாக தமது ஆடுகளுக்கு அனைத்துக் காலங்களிலும் இருக்கக் கூடிய எருக்க இலை, கள்ளி போன்றவற்றைத் தின்னக் கொடுத்து பழக்கி வந்தார். ஊரில் உள்ள அனைவரும் அவரைப் பரிகாசம் செய்தனர்.

பன்னிரண்டு ஆண்டுகள் வரை கெடாமல் இருக்கக் கூடிய குருவரகு என்ற தானியத்தைச் சோற்றோடு கலந்து சுவர் எழுப்பி ஓலையால் ஆன குடிசை ஒன்றைக் கட்டினார். இவர் ஞான திருஷ்டியில் கண்டபடியே பெரும்பஞ்சம் உண்டானது. பல உயிர்கள் பஞ்சத்தால் மாண்டன. புல், பூண்டுகள் மற்றும் இதர தாவரங்களும் அழிந்தன.

எருக்கு, கள்ளி போன்ற தாவரங்கள் மட்டுமே வளர்ந்தன. இடைக்காட்டுச் சித்தரின் ஆடுகள் எருக்கிலை கள்ளிச் செடிகளை உண்டு உயிர் வாழ்ந்தன. எருக்கிலை, கள்ளியைத் தின்றதால் ஏற்பட்ட தினவைப் போக்கிக் கொள்ள ஆடுகள் தமது உடலைச் சுவரில் உரசின. அப்பொழுது உதிரும்

வரகைத் திரட்டி, தவிட்டை நீக்கி ஆட்டுப்பால் கொண்டு சமைத்து உண்டு வந்தார்.

இத்தகைய கடுமையான பஞ்சத்திலும் இடைக்காடரும் அவருடைய ஆடுகளும் உயிர் பிழைத்திருப்பதை அறிந்த நவக்கிரகங்கள் வியந்து, இது எப்படி சாத்தியம் என்று அறிந்து கொள்ள அவருடைய குடிசைக்கு வந்தனர். நவக்கிரகங்கள் தமது குடிசைக்கு வந்திருப்பதைக் கண்டு பெருமகிழ்ச்சி அடைந்த இடைக்காடர் அவர்களுக்கு வரகுச் சோற்றையும், கொஞ்சம் பாலையும் கொடுத்து உபசரித்தார். சித்தரின் உபசரிப்பை மறுக்க முடியாத நவக்கிரகங்கள், ஆட்டுப்பாலில் சமைத்த வரகுச் சோற்றை உண்ட மயக்கத்தில் அப்படியே உறங்கிவிட்டனர்.

அந்தச் சமயம் சித்தர் நவக்கிரகங்களை மழை பெய்வதற்கு ஏற்ற வகையில் மாற்றி அமைத்துவிட்டார். உடனே வானம் இருண்டது. பெருமழை பெய்தது, நீர் நிலைகள் அனைத்தும் நிரம்பின. வறண்டு கிடந்த பூமி குளிர்ந்தது. மழையின் குளுமையைக் கண்டு நவக்கிரகங்கள் கண்விழித்துப் பார்த்தனர். இடைக்காட்டுச் சித்தரின் செயல் அவர்களுக்கு விளங்கி விட்டது. உலக உயிர்களின் நன்மை கருதி அவர் செய்த இச்செயலையும், அறிவையும் வியந்து, அவரை வாழ்த்திவிட்டுச் சென்றனர்.

இவரிடம் மகாவிஷ்ணுவின் தசாவதாரத்தில் வணங்கத்தக்கவை எவை என்று ஒரு சித்தர் கேட்க, "ஏழை, இடையன், இளிச்சவாயன்" என்று கூறினார். அவர் சிந்தித்தார். 'ஏழை' என்றால், பேரரசனான தசரதரின் திருமகனாகப் பிறந்தும், ஏழையைப் போல் வாழ்ந்த இராமாவதாரத்தைக் குறிக்கும், 'இடையன்' என்றால் கிருஷ்ணாவதாரத்தையும், 'இளிச்சவாயன்' என்றால் நரசிம்ம அவதாரத்தையும் குறிக்கும் என்பதை உணர்ந்து இவருடைய நுண்ணறிவை வியந்து போற்றினார்.

இடைக்காட்டுச் சித்தரைத் திருமாலின் அவதாரம் என்பர். இவர் இயற்றிய இரண்டு பாடல்களை இங்கு விளக்கத்துடன் பார்ப்போம்.

"சினமென்னும் பாம்பு இறந்தால் தாண்டவக் கோனே! யாவும்

சித்தியென்றே நினையேடா தாண்டவக்கோனே!"

இங்கே சினத்தைப் பாம்பாக உருவகப்படுத்தியுள்ளார் இடைகாடர். பாம்பு தீண்டினால் எப்படி ஒருவர் இறந்து விடுவாரோ, அது போல கோபப்படும் ஒருவர் இறந்த நிலைக்கே சென்றுவிடுகிறார். அதனால்தான் போலும் இடைக்காடர் சினத்தைப் (கோபம்) பாம்பாக உருவகப்படுத்தியிருக்கிறார்.

"எள்ளில் தைலம்போல எங்கும் நிறைபொருளை

உள்ளில் துதித்தே உணர்வடைந்து போற்றீரே"

இறைவன் எள்ளுக்குள் எண்ணெய் (தைலம்) போலத் திகழ்பவன். அவனை உள்ளத்துள் யோக சாதனையால் உணர்ந்து போற்றுங்கள் என்ற கருத்துள்ள இப்பாடல் இடைக்காடரின் மற்றொரு பாடலாகும்.

மேலும், இடைக்காடர் படைத்தவையாக இன்று நம் அறிவுக்கு வருபவை 5 தனி நூல்களும், ஞானக் கோவையில் உள்ள 125 பாடல்களும் பெருந்தொகைப் பாடல் ஒன்றும் திருவிளையாடல் பாடல் ஒன்றும் ஆகும். 'இடைக்காடர் ஞானம்' என்ற யோக நூலும், 'மூவடி முப்பது' என்ற ஞான நூலும், 'சாரீரம்' என்ற வைத்திய நூலும், 'ஊசிமுறி' என்ற முல்லைத் திணைப் பனுவலும் இவர் இயற்றியவையே. கடந்த 500 வருடங்களாக ஜோதிட உலகிற்கே வழிகாட்டியாகத் திகழும் 60 வருடப் பலன் கூறும் 'வருடாதி நூலும்' இவருடையதே என்று ஒரு அறிஞர் கூறுகிறார்.

'சிந்தை தெளிந்திருப்பவனே சித்தன்' என்று வால்மீகிச் சித்தர் கூறுவதற்கேற்ப இடைக்காடர் சிந்தை தெளிந்தவர். பிறரது சிந்தையையும் தெளிவிக்க வழிகாட்டியவர். தமது வாழ்நாளின் இறுதி வரையிலும் ஆடுமேய்க்கும் பணியை கருமமே கண்ணாகக் கொண்டு செய்து முக்தியடைந்தவர் இடைக்காடர்.

இதிலிருந்து இடைக்காடர் அகத்தியரின் சீடர்களுள் ஒருவர்; கருவூராரின் மாணவராகவும், அழுகண்ணருக்கு குருவாகவும் இருந்தார். இடையர் குலத்தில் பிறந்து தனது தொழிலைச் செய்து கொண்டிருந்தாலும் யோகம், ஞானம், ஜோதிடம் போன்ற பலவற்றையும் அறிந்த பல்கலைவாணராகத் திகழ்ந்த சித்தர் இவர் என்பன போன்ற செய்திகளை அறிய முடிகின்றது.

கருவூர்ச் சித்தர்

சோழ நாட்டுக் கருவூரில் அந்தணர் குலத்தில் பிறந்தவர் கருவூர்ச் சித்தர். சைவத் திருமுறைகளில் ஒன்பதாம் திருமுறையில் பத்து பதிகங்கள் இவர் பெயரில் காணப்படுகின்றன. இவர் பாடிய பதிகங்களின் இறுதியில் 'கருவூரான்', 'கருவூரனேன்' என்று தம்மைக் குறித்துக் கொள்கிறார். பத்து பாடல்களில் மூன்றாவது தவிர, மற்ற பாடல்களில் தம் பெயரைக் குறிக்கின்றார். நெல்லை தலபுராணத்திலும், கருவூர் தலபுராணத்திலும் இவருடைய வரலாறு இடம் பெற்றுள்ளது.

கருவூர்த் தலபுராணத்தில் காணப்படும் கருவூராார் அகத்தியருடன் வாழ்ந்ததாகக் குறிக்கப்பட்டிருக்கிறது. இதனால், இவர் சங்கக் காலத்தைச் சார்ந்தவர் எனக் கொள்ளுவதற்கு இடம் உண்டு என்றாலும், அகத்தியர் என்ற பெயரில் பலர் இருந்தனர் என்பதால் இவர் எந்த அகத்தியர் காலத்தில் வாழ்ந்தவர் என்பதில் சந்தேகம் உள்ளது. இவர் குறிக்கும் சித்தர் அகத்தியர் காலம் கி.பி. 6, 7, 8க்குள் அடங்கும்.

ஆதலால், இவரும் இந்தக் காலத்தில் வாழ்ந்தவர் எனலாம். மேலும் 'திருவிசைப்பா' பாடிய கருவூர்த் தேவர் 9 - 10 ஆம் நூற்றாண்டைச் சேர்ந்தவர் என்பதால் கருவூர்த் தலபுராணம் கூறும் 'அகத்தியர் சித்தர்' அகத்தியரே என்பது தெளிவாகின்றது.

இவர் மது, மாமிசம் உண்பவர் எனச் சிலர் இகழ்ந்து பேச, அவர்களுக்குப் புத்தி புகட்ட இவர் மழைக்காலமல்லாத காலத்தில் மழை பெய்யச் செய்தும், நதியைப் பெருக்கெடுத்து ஓடச் செய்தும், மூடிய திருக்கோயிலின் கதவுகளைத் தம் சித்தால் திறக்கச் செய்தும், பூதங்கள் தமக்குக் குடை பிடித்து வரச் செய்தும் அற்புதம் செய்தார். இவரது வாய் எச்சில் தங்கமாக இருந்தது என்றும் கூறுவர்.

தஞ்சைப் பெரிய கோவிலை இராச இராச சோழன் கட்டி முடித்து அங்கே பெருவுடையார் திருமேனியைப் பிரதிட்டை செய்யப் பலமுறை முயன்றும் அட்ட பந்தனம் ஒட்டி நிற்காது உதிர்வதைக் கண்டு மக்கள் கவலைப்பட அப்போது "கருவூரார் வரக் கெட்டிப்படும்!" என்று வானில் ஒரு வாக்கு ஒலிக்க, மறுகணம் ஆகாயமார்க்கமாகக் கருவூரார் தஞ்சை வந்து பெருவுடையாரை பிரதிட்டை செய்தார் என்பர். இதன் பின்னணியாக ஒரு நீண்ட வரலாறு சொல்லப் படுவதுண்டு.

கருவூரார் திருவானைக்காவை வணங்கி திருவரங்கம் சென்று பெருமாளை தரிசித்து விட்டு வீதியில் நடந்து சென்று கொண்டிருந்தார். அப்போது மழை பெய்து கொண்டிருந்தது. அவர் சென்ற வீதியில் தாசி குலத்தைச் சேர்ந்த 'அரிக்கி' என்பவளின் வீடு இருந்தது. மேல் மாடத்தில் நின்று மழையை ரசித்துக் கொண்டிருந்த அவள், கருவூரார் செல்வதையும் பார்த்தாள், அவரது தெய்வீகமான சரீரத்தையும் பார்த்தாள், அவர் மீது மட்டும் மழைத் துளி வீழாதிருப்பதையும் கவனித்தாள். நிச்சயமாக இவர் ஒரு பெரிய மகானாக இருக்க வேண்டும் என்றுணர்ந்தாள்.

உடனேத் தன் பணிப்பெண் மூலமாக அவரைத் தன் வீட்டிற்கு அழைத்து வந்து கருவூராருக்கு பாத பூஜை செய்து ஆசாரத்தோடு உபசரித்தாள். அவரை வணங்கி "ஐயா! தாசித் தொழில் செய்து வரும் என்னோடு தெய்வீக ஒளி பொருந்திய நீங்கள் புணர்ந்தால் என் ஜென்ம பாவம் நீங்கி புனிதமடைவேன்" என்றுத் தன் விருப்பத்தைக் கூறினாள். இவரும் அவளுடன் சேர்ந்து அவளுடைய விருப்பத்தை பூர்த்தி செய்தார். அதுமட்டுமல்லாமல், அவரது நினைவாகக் கருவூரார் திருவரங்கரை வேண்டி ஒரு இரத்தினமாலையைப் பெற்று, அரிக்கியிடம் வழங்கினார் என்றும், இவர் பிரிந்து செல்லும் போது மனம் வருந்திய அவளைப் பார்த்து, "பெண்ணே! நீ வருந்தாதே. நீ நினைக்கும் போதெல்லாம் நான் வருவேன்" என்று ஆறுதல் கூறிப் பிரிந்தார் என்றும் கூறுவர்.

அரிக்கி, இரத்தின மாலையைத் தன் கழுத்தில் அணிந்து மகிழ்ந்தாள். கருவூராரை மனதில் நினைத்துக் கொண்டு இனி தன் தாசித் தொழிலை தொடரப் போவதில்லை என உறுதி பூண்டாள். மறுநாள் அரங்கேசர் திருக்கோயிலினுள் இருந்த இரத்தின மாலை காணப்படாதது அறிந்து அரசனுடைய ஏவலர்கள் தேடினர். அந்த இரத்தின மாலை இந்த அரிக்கியின் கழுத்தில் இருப்பதைக் கண்டு இவள்தான் அதனைக் கோயிலுக்குள் சென்று திருடினாள் என ஏவலர்கள் அவளை அரசர் முன்பு நிறுத்தினர்.

அரசர் அரிக்கியைப் பார்த்து, "பெண்ணே! உன்னிடம் இந்த இரத்தினமாலை எப்படி வந்தது?" எனக் கேட்டார். அதற்கு அவள் அரசனைப் பார்த்து, "அரசே! ஓர் அந்தணர் இதனை எனக்குத் தந்தார். வேண்டுமானால் அவரை இங்கே வரவழைக்கிறேன். அவரிடம் நேரடியாகக் கேட்டுத் தெரிந்து கொள்ளுங்கள். இதனை நான் திருடவில்லை" என்று கூறினாள்.

உடனே அவள் தன் மனத்தால் கருவூராரை வேண்ட, கருவூர்ச் சித்தர் அங்கேத் தோன்றி, "ஆம் அரசே! இந்த இரத்தின மாலையை இந்தப் பெண்ணுக்கு பரிசாக வழங்கியவன் நான்தான்" என்றார்.

உடனே அரசன், "நீங்கள் இதனை எப்படி பெற்றீர்?" என்று கேட்க, உடனே கருவூரார், இதனை எனக்கு அரங்கேசர் (திருமால்) தந்தார் என்று கூறினார். "அப்படியானால் அந்த அரங்கேசரே வந்து கூறட்டும்" என்று மன்னர் கூற, கருவூரார் மனம் உருகி அரங்கேசரை வணங்கினார்.

உடனே அரங்கேசர் வானில் அசரீரியாய்த் தோன்றி, "மன்னா! அந்த இரத்தினமாலையை "யாமே கருவூர்ச் சித்தருக்கு வழங்கினோம்" என்று கூற, மன்னரும் மற்ற ஏவலர்களும் கருவூர்ச் சித்தரைப் பணிந்து தங்கள் பிழையை மன்னித்து அருளுமாறு வேண்டினர். கருவூரார் அவர்களை மன்னித்தார். கருவூராரின் பெருமையை அவர்கள் அறிந்து போற்றினர். அதோடு, தாசியாய்ப் பிறந்த அரிக்கியின் புனிதத் தன்மையையும் உணர்ந்து கொண்டனர்.

இந்த சம்பவத்தை அறிந்த சோழ மன்னர் இராச ராச சோழன், நீண்ட நாளாகத் தனக்கிருக்கும் நோயை குணப்படுத்த அரிக்கியிடம் ஆலோசனை கேட்க எண்ணி அவரை அரண்மனைக்கு வரவழைத்தார். அரிக்கியும் மன்னரின் கோரிக்கையை நிறைவேற்ற கருவூராரை வணங்கி தீர்வு கேட்டார். அவரும் உடனே பிரசன்னமாகி, "தினமும் பத்தாயிரம் பேருக்கு அன்னதானம் வழங்குமாறு கூறினார்". அரிக்கி, மன்னரிடம் கருவூராரின் பெருமையைக் கூறி அவர் கூறியதையும் விளக்கி விட்டு சென்றார். அவர் கூறியபடியே பிரகதீஸ்வரர் ஆலயம் கட்டிகொண்டிருந்த இடத்தில் தினமும் பத்தாயிரம் பேருக்கு அன்னதானம் செய்து தன் நோய் சிறிது சிறிதாக குணமடையப் பெற்றார் இராசராச சோழர். கோவிலும் வளர்ந்தது. கோவிலின் அஷ்டபந்தனத்திற்கு அரிக்கியை அழைத்த மன்னர்,

கருவூராரை அழைக்க மறந்து விட்டார். அதன் விளைவு தான் "கருவூரார் வரக் கெட்டிப்படும்!" என்ற அசரீரி.

தன் தவறை உணர்ந்த மன்னர் ராசராசர் மீண்டும் அரிக்கியிடம் வினவ, அரிக்கியும் மனதார கருவூராரை நினைக்க, அவரும் அங்கேத் தோன்றி பிரகதீசனை பிரதிஷ்டை செய்தார் என்பதே அந்த வரலாறு. இன்றும் தஞ்சைப் பெரிய கோவிலில் கருவூரார் சந்நிதி தனிச் சிறப்புடையது என்றும் கூறுவர். இவர் சக்தி வழிபாட்டை செய்து வந்தவர். கர்ம யோகிகள் பலரைக் கண்டு அவர்கட்கு உபதேசம் செய்வித்தார். அம்பிகையை மனதில் நினைத்துத் தியானம் செய்தால் சகலவித சக்திகளும், சித்திகளும் கிட்டும் என்பதை உணர்ந்தவர்.

இவர் பொதிகை மலைக்கு வந்த செய்தி பற்றிய குறிப்பும் ஒரு நூலில் கூறப்படுகின்றது. "கர்ம யோகிகளிடம் இவர் நீங்கள் இப்போதே பொதிகை மலைக்குக் கிளம்புங்கள். வைத்த கண் வாங்காமல் ஆகாயத்தை நோக்குங்கள். நீல வண்ணமாகத் தெரியும் ஆகாயம் அம்பிகையின் வடிவம். வெண்மை நிறத்தில் தவழ்கின்ற மேகங்கள் (மழை) கலைந்த பிறகு, கடல் அம்பிகையின் வண்ணத்தைப் பெறும். முதலில் இதே போல நினையுங்கள். மட்டமான அபிமானங்களெல்லாம் போய்விடும். உடம்பின் மீதுள்ள அபிமானமும் கொஞ்சம் கொஞ்சமாக நீங்கும். இந்த நிலை ஏற்பட்ட பிறகு தான் ஞான உபதேசம் செய்ய வேண்டும். அதற்கு முன்பு உபதேசம் செய்பவர்களும் குருடர்கள், உபதேசம் பெறுபவர்களும் குருடர்கள். அதனால் நீங்கள் பொதிகை மலையை அடையுங்கள். அங்கு நான் சொன்னபடிச் செய்யுங்கள். நான் எங்கு இருந்தாலும், உங்கள் பக்குவ காலத்தில் அங்கு வந்து அருள் புரிவேன்" என்று சொன்னார்.

கருவூரார் கட்டளைப்படி, யோகிகள் எல்லோரும் பொதிகை மலைக்குப் போனார்கள். கருவூரார் உபதேசத்தை

கடைபிடித்தார்கள். கருவூரார் தன் திருத்தல யாத்திரையை மறுபடி தொடர்ந்தார். குற்றாலம் முதலாகத் தான் போன கோயில்களில் எல்லாம் தெய்வீகச் சக்தியை அதிகப்படுத்தி விட்டு, பொதிகை மலையை அடைந்தார். அங்கிருந்த யோகிகளைக் கண்டு 'இவர்கள் பக்குவநிலை அடைந்து விட்டார்கள். நாம் ஏற்கனவே சொன்னபடி இப்போது இவர்களுக்கு உபதேசிக்கலாம்' என்று தீர்மானித்து அவர்களுக்கு ஞான உபதேசம் செய்து நல்வழி காட்டி அருள் புரிந்தார் என்ற செய்தி கிட்டுகின்றது. இவர் மச்ச முனியின் மாணவர் என்றும் கூறப்படுகின்றது.

'கருவூரார் பூஜா விதி' என்ற பெயரில் 30 பாடல்கள் 'சித்தர் ஞானக் கோவை' என்ற நூலில் இடம் பெற்றுள்ளன. ஊர்தோறும் வெறுமனே சுற்றித் திரிந்து, தமக்கு எல்லா சித்திகளுமே வாய்க்கப் பெற்றன என்று, பெண்ணாசை கொண்டு திரிகின்ற போலிச் சாமியார்களின் பொய்க் கோலத்தை தோலுரித்துக் காட்டுமாறு இவர் பாடியப் பாடல் பின்வருமாறு:

"புகலுவார் வேதம் எல்லாம் வந்த தென்று

பொய்ப்பேசிச் சாத்திரங்கள் மிகவும் கற்றே

அகலுவார் பெண்ணாசை விட்டோம் என்றே

அறிவுகெட்டே ஊர்தோறும் சுற்றிச் சுற்றிச்

சகலமுமே வந்தவர்போல் வேடம் பூண்டு

சடைமுடியும் காசாயந் தன்னைச் சாற்றி

இகலுமென மடங்காமல் நினைவு வேறாய்

எண்ணமெலாம் பெண்ணாசை பூசை தானே"

இஃது மனதைக் கட்டுப்படுத்தாமல் வெறுமனே காவியுடை உடுத்தி, சடைமுடி தரித்து, வேதம் எல்லாம் தாம் அறிவோம் என்று பொய் பேசி ஊரை ஏமாற்றித் திரியும்

உலுத்தர்களை மிகவும் வன்மையாகக் கண்டிக்கிறது. இதுவும் 'கருவூரார் பூஜாவிதி' என்ற பாடல் திரட்டில் இடம் பெற்றுள்ள பாடல் ஆகும்.

"தெளிவுதனில் தெளிவுதரு மருளுங்காணும்

செணத்திலே சிவமயமும் சேரத் தோணும்

வழியதனில் நல்வழி ஞானம் கூடும்

மகத்தான வேதாந்தம் சித்தி காட்டும்

ஒளிவுதனில் ஒளிவுதரும் உறுதி சொல்வார்

உற்பனத்தில் உற்பனமாம் உறுதி தோணும்

வெளியதனில் வெளியாகு நரகத் துள்ளே

விளங்குகின்ற வாலைப்பெண் ணாதி காப்பே!"

அறிவினில் தெளிவு தருகின்ற திருவருளும் காணும், ஒரு கணத்திலே சிவமயமும் தோன்றும். வழியதனில் நன்னெறியாகிய ஞானம் சேரும். மிகச் சிறந்ததாக விளங்குகின்ற வேதாந்த முத்தியைக் காட்டும். சிவசக்தியினில் புகழை வழங்கும், மனம் தளராது, பிறப்பில் சிறந்ததாகிய உறுதிப்பாடு தோன்றும். சிதாகாச வெளியதனில் ஒளியாகிப் பாம்பினுள்ளே திகழ்ந்து நின்ற வாலாம்பிகை என்னும் சக்தி காப்பதாக மேற்காணும் பாடல் கூறுகிறது. இதில் கூறப்படும் என்றும் இளமையுடன் திகழும் பத்து வயதாகும் வாலாம்பிகை, பார்வதி தேவியின் இன்னொரு அம்சமே ஆவாள்.

இதிலிருந்து கருவூரார் சக்தியை வழிபட்டு சித்திகள் கைவரப் பெற்று பொதிகை மலைக்கு வந்து பலருக்கும் ஞான உபதேசம் செய்து வாழ்ந்தவர் என்பதும், தஞ்சைப் பெரிய கோவிலைப் பிரதிட்டை செய்ததில் இவருக்கும் முக்கிய பங்குண்டு என்பதும் அறியப்படுகின்றது. இவர் இறுதியில் கருவூரில் சமாதியடைந்தார்.

சட்டைமுனிச் சித்தர்

சட்டைமுனி என அழைக்கப்படும் இவர், சிங்கள நாட்டிலிருந்து தமிழ்நாட்டிற்கு பிழைக்க வந்தவர். யாசகம் பெற்றுத் தம் பெற்றோரைக் காப்பாற்றி வந்தார்.

சட்டைமுனி சித்தர் திருமணம் செய்து கொண்டார் என்றாலும், இவருக்கு இல்லற வாழ்வில் ஈடுபாடு உண்டாகாமல் துறவு பூண்டார் என்ற குறிப்பு உண்டு. வழக்கம்போல் இவர் கோயிலின் முன் யாசகம் கேட்டுக் கொண்டிருந்தபோது வடநாட்டிலிருந்து சங்கு பூண்ட முனிவரைக் கண்டார். அவருடன் நட்பு கொண்டு வடநாடு சென்றுவிட்டார்.

பிற்காலத்தில் பொதிகை மலையில் வாழ்ந்து வந்த அவர் நீண்ட காலமாகத் தவமியற்றி வந்துள்ளார். இவரும் அகத்தியரின் பதினெட்டு மாணவர்களுள் ஒருவரே. இவர் கொங்கண முனிவரை தரிசித்து உபதேசம் பெற்றார் என்ற குறிப்பொன்றும் ரோமரிஷி என்பவருக்கு மருத்துவ முறைகளைக் கற்பித்தது பற்றிய குறிப்பும் கிட்டுகின்றது.

கொங்கணரிடம் உபதேசம் பெற்ற சட்டைமுனி கரி போர்த்திய கண்ணுதலோனைக் கருத்திலே வைத்தார். அதை நினைவிலே கொள்வதற்காகத் தான் கம்பளிச் சட்டையைப் போர்த்திக் கொண்டார். அதனால் 'சட்டை முனி' என்று பெயர் பெற்றார். ஒருமுறை ரோமரிஷி சட்டைமுனியை நெருங்கி, 'மருத்துவத்தில் எனக்குள்ள சந்தேகத்தை நீக்க வேண்டும்' என்று சொல்லித் தன் சந்தேகத்தை நிவர்த்தி செய்து கொண்டார். மருந்து தயாரிக்கும் முறை, மருத்துவர், மருந்தைக் காலத்தில் உண்டு பத்தியமாக இருக்கும் நோயாளி இந்த மூன்றும் ஒன்று சேர்ந்தால் தான் எந்த நோயும் தீரும். மூன்றில் ஒன்று சரியில்லா விட்டால்கூடப் பயன் இருக்காது, என்று சொல்லி விளக்கினார் சட்டைமுனி என்ற குறிப்புக் கிட்டுகிறது.

> **"கயிலாய பரம்பரையால் வந்த பேர்க்குக்**
>
> **கடைப்பிள்ளை ஞானத்தைப் பாடுவேனே"**

என்று இவர் பாடுவதால், இவர் கயிலாயப் பரம்பரையைச் சேர்ந்தவர் என்பதை அறியலாம். இவர் 'கயிலாய கம்பளி சட்டைமுனி நாயனார்' என அழைக்கப்படுகிறார்.

'சட்டைமுனி ஆயிரத்து இருநூறு', 'திரிகாண்டம்', 'சரக்கு வைப்பு', 'நவரத்தின வைப்பு' 'முன்ஞானம் நூறு', 'பின் ஞானம் நூறு' போன்ற நூல்களை எழுதியுள்ளார். இந்த உலோப வாழ்வில் உழலும் மக்களைப் பற்றி

> **"பொங்குகின்ற காமம் என்ன? சிவத்தின் கூறு**
>
> **பொல்லாத ஆசை என்ன? மாலின் கூறு**
>
> **மயங்குகின்ற மோகம் என்ன? மகேசன் கூறு**
>
> **மருவி அந்த மூன்றாலும் உலகம் பாழாய்த்**
>
> **தங்குகின்ற யோகம்போய் ஞானம் பாழாய்ச்**
>
> **சமாதியெல்லாம் இந்திரியச் சார மூடித்**
>
> **தொங்குகின்ற மோட்சத்தின் தரைபோ லாகச்**
>
> **சூனியமாய் ஞானமெல்லாம் தோற்றுமாறே"**

எனப் பாடுகிறார். மனித உடலில் இருக்கும் காமம் என்பது சிவத்தின் ஒரு பகுதி, பொங்கியெழும் ஆசை, திருமாலின் ஒரு கூறு, பொருள்பற்று மகேசனின் கூறு, இந்த மூன்றிலும் தான் உலகம் மயங்கிப் பாழாகிறது. யோகமும், மெய்யறிவும் கைவரப்பெறாமல் மனமானது ஐம்புலன்களின் சுகங்களினால் அலைக்கழிக்கப்பட்டு வாழ்வு வீணாகிறது. இதனால் வீடுபேறு அடைவது இயலாததாகிறது. இறுதியில் வாழ்வே சூனியமாகிறது. ஆனால், அப்பொழுதுதான் மனிதனுக்கு அறிவும் தோன்றுகிறது என்பது இப்பாடலின் கருத்தாகும்.

மதுரை வாலைசாமி என்பவர் இவரைத் தம் குரு எனக் குறிப்பிடுகின்றார்.

"எங்கள்குரு சட்டைமுனி யாரிருநூறும் பாரடி

ஞானப் பெண்ணே"

என்பது அவரதுப் பாடல்.

இதிலிருந்து சட்டைமுனி அகத்தியரின் மாணவர்களுள் ஒருவர் என்பதும், கொங்கணரிடம் உபதேசம் பெற்று தவமியற்றி சித்திகளை கைவரப் பெற்றார் என்பதும், இவர் ரோமரிஷி என்பவருடன் வைத்திய முறைகளைப் பற்றி விவாதித்துள்ளார் என்பதும் அறியப்படுகின்றது. பிணி தீர்க்கும் மருத்துவப் பணியை மேற்கொண்டு பலரது பிணியைத் தீர்த்ததுடன் மனப் பிணிதீர்க்கும் மருந்தையுமறிந்து தாமும் அதன்படி வாழ்ந்து பிறருக்கும் உபதேசித்து நல்வழிகாட்டியுள்ளார்.

கொங்கணர்

அகத்தியரின் மாணவர்களில் கொங்கணரும் ஒருவர் என்று கூறுவர். போகரைச் சந்தித்து இவர் உபதேசம் பெற்றார் என்ற குறிப்பு 'கொங்கணச் சரக்கு வைப்பு' என்னும் நூலுள் குரு சிஷ்ய மரபு பற்றிய குறிப்பு ஒன்று காணப்படுவதாக ஒரு அறிஞர் தம் நூலில் குறிப்பிட்டுள்ளார், "சிவன் ஏழு லட்சம் கிரந்தத்தைத் தேவிக்கு உபதேசிக்க, தேவி நந்திக்குச் சொல்ல நந்தி மூலருக்குச் சொல்ல, மூலர் போகருக்கும், போகர் கொங்கணருக்கும் சொன்னார் என்கிறார்.

கொங்கணச் சித்தர் கொங்கணநாட்டில் பிறந்தவர். இவருடைய பெற்றோர் இரும்புக் கலன்கள் செய்து விற்றுப் பிழைப்பு நடத்தி வந்தனர். கொங்கணச் சித்தரின் பெற்றோர் வறுமையில் உழன்றாலும் தங்கள் வீட்டிற்கு வரும் முனிவர்களையும், சாதுக்களையும் அவர்கள் மனம் மகிழும்படி உபசரித்து வந்தனர். கொங்கணர் தம் குலத்

தொழிலாகிய இரும்புக் கலன்கள் செய்வதில் நிபுணராக இருந்தார் என்பதை

"தோணவே கைத் தொழிலாங் கலங்கள் செய்து

தோராமல் வர்த்தகத்தில் நிபுணனாகி"

என அகத்தியர் கூறும் பாடல் மூலம் அறியப்படுகிறது.

கொங்கணர் திருமணம் ஆனவர். பிறகு அவர் இல்லற வாழ்வை விடுத்து முனிவர்களிடம் உபதேசம் பெற்று சந்நியாசி ஆனார். இவர் பல சித்துக்கள் கைவரப் பெற்றவர் ஆவார்.

இவர் ஒரு சமயம் காட்டின் வழியே நடந்து சென்று கொண்டிருந்த போது, பளிங்கர் இனத்தைச் சேர்ந்த இளைஞன் ஒருவன் இறந்து கிடந்தான். அவனுடைய உறவினர் அவனைச் சுற்றி நின்று வேதனையால் அழுது கொண்டிருந்தனர். இக்காட்சியைக் கண்ட கொங்கணவரின் உள்ளமும் வேதனைப்பட்டது.

உடனே கொங்கணர் கூடுவிட்டு கூடு பாயும் சித்து விளையாட்டால் தமது உடலை ஒரிடத்தில் மறைத்துவிட்டு அந்த இளைஞனின் உடலில் புகுந்து உயிர் பெறச் செய்தார்.

இறந்தவன் எழுந்திருப்பதைக் கண்டு அங்கிருந்தோர் அனைவரும் வியந்தனர். பெரு மகிழ்ச்சி அடைந்தனர். அந்தப் பளிங்கர் கூட்டத்தினர் அக்காட்டில் அலைந்த போது, கொங்கணச் சித்தரின் உயிரற்ற உடலை ஒரு மறைவான இடத்தில் கண்டு யாரென்று அறியாது அவ்வுடலை எரித்து விட்டனர்.

இப்போது பளிங்கு இளைஞரின் உடலில் புகுந்த கொங்கணர் காடுகளிலும், மலைகளிலும் அலைந்து, அரிய மூலிகைகளைக் கண்டறிந்தார். அனைத்து காய சித்திகளையும் தெரிந்து கொண்டார்.

இவர் தினமும் அம்பிகையை வழிபட்டு வந்தார். இவர் யாகங்கள் பலவற்றைச் செய்து சித்திகள் பலவற்றையும் கைவரப் பெற்றார். கௌதம முனிவரையும், திருமழிசை ஆழ்வாரையும் இவர் சந்தித்ததாகவும் கூறுவர்.

"மூன்று தடவைகள் கௌதமர் நேருக்கு நேராகத் தோன்றி தவத்தின் பெருமையைச் சொல்லித் தவத்தைச் செய்யும் படிச் சொல்லியும் கேட்காத கொங்கணர், திருமழிசை ஆழ்வார் சந்திப்பிற்குப் பிறகு உடனே தவத்தில் ஈடுபட்டார். பல காலத்திற்குப் பிறகு தவம் கைகூடியது. இரும்பையும், செம்பையும் தங்கமாக்கும் வித்தை கொங்கணருக்குத் தெரிந்தது. தான் கற்ற வித்தையைத் தன் சொந்த உபயோகத்திற்குப் பயன்படுத்திக் கொள்ளவில்லை என்று ஒரு நூலில் கூறப்படுகின்றது.

ஒருநாள் கொங்கணர் யோகத்தில் கண்களை மூடியிருந்த போது வானில் பறந்து கொண்டிருந்த கொக்கு ஒன்றின் எச்சம் அவர் மீது பட்டு விட்டது. கொங்கணர் உடனே கண்களைத் திறந்து அந்தக் கொக்கை பார்க்க, அது எரிந்து சாம்பலாகிக் கீழே விழுந்தது.

பின்னர் கொங்கணர் தில்லைவனம் சென்று பராசர முனிவரைக் கண்டு வணங்கி விட்டு திருமாளிகைத் தேவரை தேடி சென்றார். தன்னை நாடி வந்த வந்த கொங்கணருக்கு திருமாளிகைத் தேவர் பலவிதமான நுட்பங்களை அறிவித்தார். அத்துடன் கொங்கணருக்குச் சமய தீட்சை, விசேட தீட்சை, நிர்வாண தீட்சை என்னும் மூன்று விதமான தீட்சைகளையும் செய்து நல்வழி காட்டினார் என்றும் கூறப்படுகின்றது.

இவர் திருவள்ளுவர் காலத்தில் வாழ்ந்தவர் என்ற கருத்தும் நிலவுகிறது. அதற்கு உதாரணமாக பின்வரும் ஒரு சம்பவமும் கூறப்படுகிறது. கொங்கணர் ஒருநாள் திருவள்ளுவர் இருப்பிடத்திற்குச் சென்று யாசகம் கேட்டார். அவருக்கு ஏதாவது பிச்சையிட வள்ளுவர் தம் மனைவி

வாசுகியாருக்கு கட்டளையிட்டார். அப்பொழுது கொங்கணர் வீட்டு வாசலிலேயே நின்றிருந்தார். வீட்டிற்குள் சென்றுவர வாசுகி அம்மையாருக்கு சிறிது நேரம் ஆனது. கொங்கணர் கோபமுடன் வாசுகி அம்மையாரைப் பார்க்க, வாசுகி அம்மையாரோ, "கொக்கென நினைத்தாயோ கொங்கணவா" என்று கூற, சித்தர் இவள் கற்புக்கரசி என வெட்கிச் சென்றார் என்பர்.

கொங்கணர் சில வைத்திய நூல்களையும் இயற்றியுள்ளார். அவை 'கொங்கணர் கடைக் காண்டம்', 'ஞானம் 100', 'குளிகை', திரிகாண்டம் முதலியனவாகும். இவர் இயற்றிய ஞானப் பாடல்கள் 'கொங்கண நாயனார் வாலைக்கும்மி' என அழைக்கப்படுகின்றன. இவரது பாடல்களில் அகத்தியரைக் குருவாகக் குறித்துப் பாடுவதால், இவர் அகத்தியச் சித்தர் காலத்தவர் என்பது உறுதியாகிறது.

இவர் இயற்றிய 'கொங்கணர் வாலைக் கும்மி' என்ற நூலிலிருந்து இரண்டு பாடல்களைக் காண்போம்.

"ஏழை அனாதிகள் இல்லையென்றால் அவர்க்கு

இருந்தால் அன்னம் கொடுக்க வேண்டும்

நாளையென்று சொல்லல் ஆகாதே என்று

நான்மறை வேதம் முழங்குதடி"

தங்களிடம் உணவு இருந்தால் அதனை ஏழைகளுக்கும், ஆதரவு அற்றவர்களுக்கும் கொடுக்க வேண்டும். நாளைக்கு வா, கொடுக்கிறேன் என்று காலம் தாழ்த்தாமல், அன்றைக்குத் தம்மிடம் என்ன இருக்கிறதோ அதை அன்றைக்கே கொடுத்துவிட வேண்டும். இதனைத் தான் நான்கு வேதங்களும் ஒன்றிணைந்து கூறுகின்றன என்பது மேற்காணும் பாடலின் கருத்தாகும்.

"சிவன் னடியாரை வேதிய ரைச் சில

சீர்பல ஞானப் பெரியோரை

மவுன மாகவும் வையாதே அவர்

மனத்தை நோகவும் செய்யாதே"

சிவபெருமானைவிட சிவனடியார்கள் சிறந்தவர்கள். அத்தகைய சிவனடியார்கள், வேதம் கற்றுணர்ந்த வேதியர் மற்றும் சீர்பல பெற்ற பெரியோர் இவர்களை மனதிற்குள்ளே கூட திட்டக் கூடாது. அவர்களின் மனம் புண்படும்படிப் பேசவும் கூடாது. அவ்வாறு மீறிச் செய்தால், அவ்வாறு செய்தவர்கள் தான் துன்புறுவர் என்பது மேற்காணும் பாடலின் கருத்தாகும்.

கொங்கணருக்கு ஐந்நூறுக்கும் மேற்பட்ட மாணவர்கள் இருந்தனர். அவர்கள் அனைவருக்கும் யோக ஞான சித்திகளைப் பெற வழிகாட்டினர். கொங்கணர் தமது வாழ்நாளில் இறுதிக் காலத்தில் திருவேங்கடமலைக்குச் சென்று வழிபட்டு அங்கு தவம் செய்து சித்தியடைந்தார் என்றும் கூறப்படுகின்றது.

கொங்கணச் சித்தர் அகத்தியரது மாணவராயிருந்தார் என்பதும், இவர் போகரிடம் உபதேசம் பெற்று கௌதமர், திருமழிசை ஆழ்வார், திருமாளிகைத் தேவர் போன்றோரைச் சந்தித்துச் சித்திகள் பலவற்றையும் பெற்று இறுதியில் திருவேங்கடமலையில் சித்தியடைந்தார் என்பதும் அறியப்படுகின்றது.

சித்தர்களைப் பற்றிய பிற குறிப்புகள்

தமிழகத்தில் மந்திரம், மருத்துவம், வான சாஸ்திரம், சமுதாய சீர்திருத்தம், இலக்கியம், ஆன்மீகம் முதலிய பல துறைகளிலும் தொண்டாற்றியவர்கள் சித்தர்கள். எனினும் இவர்களைப் பற்றிய தெளிவான, உறுதியான வரலாற்றுச் செய்திகள் இதுவரை வெளியிடப்படவில்லை என்பது இங்கு

குறிப்பிடத்தக்கது. இலக்கிய, இலக்கண உரைகளிலும் சித்தர் தம் வரலாற்றுக் குறிப்புகளோ அன்றி இவர்கள் பாடிய ஞானப் பாடல்களோ இடம் பெறவில்லை. எனினும் ஒரு சிலர் மட்டுமே தமது நூல்களில் சித்தர்களைப் பற்றிய குறிப்புக்களைத் தந்துள்ளனர்,

சாதி, சமய, இன, மொழி எல்லைகளைக் கடந்தவர்கள் சித்தர்கள். சித்தர்களைப் பற்றி ஆராய்ந்த ஒரு சில அறிஞர்களின் நூல்களிலிருந்து திரட்டிய தகவல்களின் அடிப்படையில் சித்தர்களின் பெயர், சாதி, தலைமுறை, வயது, பாடல் எண், நட்சத்திரம், பிறந்த மாதம் போன்றவை அடங்கிய பட்டியல் இங்கே கொடுக்கப்பட்டுள்ளது. இந்தப் பட்டியல், போகர் 7000 தரும் தகவல்களை வைத்து ஒர் அறிஞரால் எளிமைப்படுத்தப் பட்ட நூலினை அடிப்படையாகக் கொண்டதாகும்.

சித்தர்களின் வயது, பிறப்பு மற்றும் நட்சத்திர பட்டியல்

வ. எண்	சித்தரின் பெயர்	வயது	பிறந்த மாதம்	நட்சத்திரம்
1.	அகத்தியர்	4 யுகம்	மார்கழி	ஆயில்யம் 3ம் பாதம்
2.	புலத்தியர்	660	ஆவணி	அனுசம் 4ம் பாதம்
3.	மச்சமுனி	300	ஆடி	ரோகிணி 1ம் பாதம்
4.	கோரக்கர்	80	கார்த்திகை	ஆயில்யம் 2ம் பாதம்
5.	காலங்கிநாதர்	3000	சித்திரை	அஸ்வினி 4ம் பாதம்

வ. எண்				
6.	புலிப்பாணி	600	புரட்டாசி	சித்திரை 4ம் பாதம்
7.	தேரையர்	300	பங்குனி	மூலம் 8ம் பாதம்
8.	இடைக்காடர்	100	புரட்டாசி	திருவாதிரை 2ம் பாதம்
9.	கருவூரார்	300	சித்திரை	அஸ்தம் 2ம் பாதம்
10.	சட்டைமுனி	800	ஆவணி	மிருகசீரிடம் 3ம் பாதம்
11.	கொங்கணர்	800	சித்திரை	உத்திராடம் 1ம் பாதம்

சித்தர்களின் சாதி, தலைமுறை, பாடல் பட்டியல்

வ. எண்	சித்தரின் பெயர்	சாதி	தலை முறை	பாடல்
1.	அகத்தியர்	வேளாளர்	48	703
2.	புலத்தியர்	சிங்களவர்	8	710
3.	மச்சமுனி	கல்லுடைப்போர்	22	700
4.	கோரக்கர்	மராட்டியர்	11	717
5.	காலங்கிநாதர்	--	--	743
6.	புலிப்பாணி	வேடர்	9	708
7.	தேரையர்	பிரம்மகுலம்	90	712
8.	இடைக்காடர்	கோனார்	18	701
9.	கருவூரார்	கன்னாரர்	42	706
10.	சட்டைமுனி	சிங்களவர்	14	700
11.	கொங்கணர்	இடையர்	16	715

சித்தர்களைப் பற்றி எழுதிய ஒரு சில அறிஞர்களின் நூல்களிலிருந்து கிட்டிய தகவல்கள், கதைகள் ஆகியவற்றின் அடிப்படையில் பொதிகை மலைச் சித்தர்களின் வரலாறு ஓரளவிற்கு இங்கு விளக்கப்பட்டுள்ளது.

மனதை அடக்கும் கலையில் கை தேர்ந்தவர்கள் சித்தர்கள். இவர்கள் தனிமையை விரும்பி மலைகளில் தவம் புரிந்து சித்திகள் பலவற்றைப் பெற்றுள்ளனர், பிற யோகிகளுக்கும், பக்குவப்பட்ட மனதையுடைய மக்களுக்கும் இவர்கள் நல்வழி காட்டியுள்ளனர்.

தம்மையொத்த பிற சித்தர்களையும் கண்டு குளிகை பெறும் முறைகளையும், இரசவாத வித்தையையும் தெரிந்து வைத்து தம்முள் பரிமாறிக் கொண்டுள்ளனர். ஒரு சிலர் யாகங்கள் பலவற்றையும் புரிந்து 'சக்தியை' வழிபட்டு சித்திகள் பலவற்றைப் பெற்றுள்ளனர்.

சித்தர்கள் வேண்டிய போது, வேண்டிய இடத்தில் தோன்றுவதால் இவர்களுக்கென்று வரலாற்று முறையில் வாழ்க்கை வரலாறுகள் தெளிவாக உறுதியாக எழுதப்படவில்லை என்பது குறிப்பிடத்தக்கது.

3. பொதிகை மலைச் சித்தர்கள் வாழ்ந்த இடங்களும், வாழுமிடங்களும்

சித்தர்கள் நம் அறிவுக்கு எட்டாத சக்தியையுடைய மகான்கள். சாகா நெறியே சித்தர்களின் நெறி. மனித உடலில் உள்ள அசுத்த அணுக்களைச் சுத்த அணுக்களாக மாற்றி சரீரம் ஒளிமயமாக மாறி சாகா நிலையை அடைய காய கல்ப சாதனையையும், 'வாசி' பயிற்சியையும் வகுத்துத் தந்தவர்கள் சித்தர்கள். சித்தர்கள் சிரஞ்சீவிகள். இன்றும் அவர்கள் இருக்கின்றனர். அவர்கள் வாழ்ந்த இடங்களையும், வாழுமிடங்களையும் பற்றி இவ்வியல் விளக்குகின்றது.

சித்தர்கள் வாழ்ந்த இடங்கள்

மரணமில்லாப் பெருவாழ்வு பெறமுடியும் என்ற நம்பிக்கை இந்து மதத்தினரிடையே நீண்ட காலமாக இருந்து வருகிறது. அதற்கு முக்கியக் காரணமாக அழியும் தன்மையுடைய மனித உடலினுள் அழியாமலிருக்கும் "ஆத்மா" விளங்குகிறது. ஆத்மா அழியாத் தன்மையுடையது. மனிதனுக்குள்ளே இருக்கும் ஜீவாத்மாவும்; வெளியிலேயும், மனிதனுக்குள்ளேயும் உள்ள பரமாத்மாவும் ஒன்றே என்று கருதுபவர்கள் சித்தர்கள்.

சித்தர்கள் பல மலைகளிலும் வீற்றிருந்து தவம் செய்து பல சித்திகளையும் பெற்றனர். உலக நன்மையையும், மனித நேயத்தையும் காக்க நினைப்பவர்கள். பொதிகை மலையில் சித்தர்கள் பலர் பல்லாண்டுகளாகத் தங்கியிருந்து தவம் புரிந்துள்ளனர். யாகங்களும் செய்துள்ளதாக மக்கள் கூறுகின்றனர்.

ஆசிரமங்கள்

பொதிகை மலையில் சில இடங்களில் சித்தர்கள் ஆசிரமங்களை அமைத்து மூலிகைகளை ஆராய்ந்து அதன் மருத்துவ குணங்களையெல்லாம் மக்களுக்கு எடுத்துரைத்துள்ளனர். இதைப் பற்றி ஒரு அறிஞர் தம் நூலில் பட்டியலிட்டு எடுத்துரைக்கின்றார்.

வ.எண்	ஆசிரமங்கள்	மூலிகைகள்
1	அமுதமகரிசியாச்சிரமம்	செவ்வாழை மரக்கற்பம்
2	சூதமா முனிவராச்சிரமம்	சிவந்த கலைக்கள்ளியின் கற்பம்
3	சிவத்தியான முனிவராச்சிரமம்	நெல்லி மரக் கற்பம்
4	பூபால முனிவராச்சிரமம்	வேல்ப் பருத்திக் கொடி கற்பம்
5	முத்து வீரமா முனிவராச்சிரமம்	தூத்திச் செடி கற்பம்
6	ஜெய முனிவராச்சிரமம்	செந்நாயுருவிக் கற்பம்
7	வீரமா முனிவராச்சிரமம்	வெள்ளைச் சாரல் கற்பம்
8	வேத முனிவராச்சிரமம்	ஜோதிப் புல் கற்பம்
9	சங்க முனிவர் வனம்	சந்திரப் பூண்டு கற்பம்

10	காசிப முனிவராச்சிரமம்	பொற்றலைக் கரிப்பான் கற்பம்
11	பதஞ்சலி முனிவராச்சிரமம்	பனங்கொட்டைப் பாஷாணக் கற்பம்
12	வியாக்கிரம மகரிஷி வனம்	செங்கொடி வேலிக் கற்பம்
13	ஜனக மாமுனிவராச்சிரமம்	பாற்சொறி மரக் கற்பம்
14	சிவப்பிரம மகரிஷிவனம்	வரை ஆலமரக் கற்பம்
15	பராசரிஷி ஆசிரமம்	செவ்வள்ளிக் கிழங்கு கற்பம்
16	வல்ல சித்தர்வனம்	பலூனி மரக் கற்பம்
17	அசுவனி தேவர் வனம்	செங்கு மரிக் கற்பம்
!8	மலைநம்பி கோவில் குதம்பைச் சித்தர்வனம்	வரை ஆலமரக் கற்பம்
19	புண்ணாக்குச் சித்தர்வனம்	கருங்கரிப்பான் கற்பம்
20	யோகச் சித்தர்வனம்	கருங்கழுகிறகு கற்பம்
21	கஞ்சமலைச் சித்தர்வனம்	சிவந்த தூம்பைக் கற்பம்
22	திருமூல நாதர் வனம்	வெண்ணாவல் கற்பம்

23	மவுன சித்தர்வனம்	கருந்தாமரைக் கற்பம்
24	வரரிஷி யாச்சிரமம்	வல்லாரைக் கற்பம்
25	தேகச் சித்தி சித்தர்வனம்	கார்போக அரிசிக் கற்பம்
26	கவுபால சித்தர்வனம்	கானற்பலா விரைக் கற்பம்
27	மதிராஜ வனம்	கரிப்பான் கற்பம்
28	கௌதமராசிரமம்	பேய்ச்சுரை விரைக் கற்பம்
29	தேரையர் ஆசிரமம்	கல் தாமரைக் கற்பம்
30	விசுவினி தேவர் ஆசிரமம்	சிவந்த புனல் முருங்கைக் கற்பம்
31	அம்பிகானந்தர் வனம்	முண்டக விருட்சக் கற்பம்
32	டமரானந்தா ஆசிரமம்	அவுரி கற்பம்
33	கையாட்டிச் சித்தர்வனம்	குமரிக் கற்றாழைக் கற்பம்
34	கண்ணாநந்தர் ஆசிரமம்	ஏரழிஞ்சி விதைக் கற்பம்
35	சித்தானந்தர் ஆசிரமம்	மஞ்சள் பூதை வேளை கற்பம்
36	சச்சிதானந்தர் ஆசிரமம்	நாக தாளிக் கள்ளி கற்பம்

37	கணநாதர் ஆசிரமம்	அழுகண்ணிக் கற்பம்
38	சிவானந்த ஆசிரமம்	தொழுகண்ணிக் கற்பம்
39	குரியானந்தர் ஆசிரமம்	சுனையெருமை விருட்சக் கற்பம்
40	சொரூபானந்தர் ஆசிரமம்	தில்லை விருட்சக் கற்பம்
41	தெட்சிணா மூர்த்தி ஆசிரமம்	நாள் வேதி உதகக் கற்பம்
42	ஏமநாதர் ஆசிரமம்	சதுர மரக் கற்பம்
43	மதிசீல மகா முனிவராசிரமம்	சத்த வேதிக் கல்லின் கற்பம்
44	தீர்த்தமலை அகத்தியராசிரமம்	தும்புலா மரக் கற்பம்
45	கம்பளி நாதர் ஆசிரமம்	காட்டாணக்கு மரக்கற்பம்
46	புலஸ்தியர் ஆசிரமம்	அரு நெல்லிக் கற்பம்
47	திரிகாலாக்கியான முனிவராசிரமம்	திரிவேதி உதகக் கற்பம்
48	குற்றாலம் அருவி மலை அருட்சித்தர் ஆஸ்ரமம்	ஆச்சா மரக்கற்பம்
49	கெவுன குளிகை சித்தராசிரமம்	சரளத் தேவருக் கற்பம்

50	இராஜரிஷி ஆசிரமம்	ஜோதி விருட்சக் கற்பம்
51	வசந்தமா முனிவராசிரமம்	கருவாழைப்பழக் கற்பம்
52	போத முனிவராசிரமம்	கருஹூமத்தைக் கற்பம்

மேற்கூறிய ஆசிரமங்களில் சித்தர்கள் பலர் வாழ்ந்து தவமியற்றியுள்ளனர். இவற்றில் ஒரு சில ஆசிரமங்கள் இருக்குமிடங்களைப் பற்றி கோரக்கர் தமது நூலில் எடுத்துரைப்பதைப் பார்ப்போம்.

மலையடிக் குறிச்சியில் கஞ்சமலை சித்தர்வனம் உள்ளது. மலையடிக் குறிச்சி மலையின் சரிவில் உள்ள மிருகப் புடவிற்கு மேல் பக்கம் ஒற்றையூர் உள்ளது. அதற்கு மேற்கே திருமூல நாதர் குகை உள்ளது. அதன் வட பக்கத்தில் மவுன சித்தர் குகை உள்ளது. அந்தக் குகையைக் கடந்து மேற்கே மலைச்சரிவு உள்ளது. வைரவன் கோவிலின் வடகீழ் மூலையில் ஒரு குட்டமிருக்கிறது. அதற்கு அருகே பத்ரகாளி கோவிலும் அதன் பக்கத்தில் தேக சித்திச் சித்தர் குகையுமிருக்கிறது.

பாபநாசம் தீர்த்த மலையில் கம்பளி நாதர் ஆச்சிரமமிருக்கின்றது. பாபநாசம் கோயிலுக்கு முன்புள்ள பாவ விநாச நதிக்கு அருகில் வராகி மலையிருக்கின்றது. அந்த மலைக்கு தென்பக்கம் போகிற பாதை வழியில் அரை நாழிகை வழி தூரம் போனால் வனத்தின் மேல் பக்கம் கம்பளி நாதர் ஆசிரமுமிருக்கிறது.

வராகி மலைக்கு வடப்பக்கம் போகிற பாதை வழியே நான்கு நாழிகை வழி தூரம் போனால் புலத்தியர் ஆசிரமம் உள்ளது. அதற்கு மேல்பக்கம் காட்டாறு ஒன்று வருகிறது. அதற்கு வடப்பக்கமாய்ப் போகிற பாதை வழியாக நான்கு

நாழிகை வழி தூரம் போனால் அங்கொரு குட்டமுள்ளது. அதன் வடப்பக்கம் திரிகாலாக்கியான முனிவாச்சிரமம் உள்ளது.

குற்றாலம் அருவிமலையில் அருட்சித்தர் ஆஸ்ரமம் உள்ளது. குற்றாலம் செண்பகா நதி தீர்த்தத்திற்கு மேலே உள்ள தேனருவிக்குப் போய் அங்கிருந்து வட பக்கம் பாதை வழி கூப்பிடும் தூரம் வந்தால் அங்கே குண்டு மலையும் அருட்சித்தர் ஆசிரமமும் உள்ளது. இதற்கு வடப்பக்கம் போகிற பாதை வழியாக நான்கு நாழிகை வழி தூரம் வந்தால் மேற்காக ஒரு பாதையும், வடக்காக ஒரு பாதையும் போகிறது. அதில் மேற்காக போகிற பாதை வழி போகாமல் வட பக்கம் போகிற பாதை வழி போனால் அங்கொரு பெரிய காவு இருக்கிறது. அதற்கு வடபக்கம் கெவுன குளிகைச் சித்தர் குகையொன்றிருக்கிறது.

சித்தர் குகைக்கு வடப்பக்கம் இரண்டு நாழிகை வழி தூரம் போனால் செங்கோட்டை மலையிருக்கிறது. அதற்கு வடக்கே வருகிற பாதையில் ஒரு நாழிகை வழி தூரம் வந்தால் அங்கேயிருக்கும் பெரிய வனத்திற்குள் இராஜரிஷி ஆசிரமமிருக்கிறது. இதற்குத் தென்பக்கம் குண்டாறு உள்ளது. இதற்கு வடபக்கமிருக்கிற குகை வாசல் முன்பாகத் தென்பக்கம் போகிற பாதையில் மூன்று நாழிகை வழி தூரம் வந்தால் யானைக் கெசமிருக்கிறது. அதில் இறங்கி விடாமல் கிழக்காகப் போகிற பாதை வழியே வந்தால் அம்பிடு தூரத்தில் வசந்தமா முனியாச்சிரமம் இருக்கிறது.

அதற்குத் தென்பக்கம் சமதளமாயிருக்கிற செம்மண்தரை உள்ளது. அதற்கு வட மேற்காக வருகிற பாதையிலிருக்கும் கருங்கானலுக்குள் போதமா முனிவர் ஆசிரமமிருக்கிறது. இதுவரையிலும் குற்றாலம், செங்கோட்டை மலை எல்லை முடிவுக்கு வந்து விட்டது என்று கோரக்கர் தம் நூலில் எடுத்துரைக்கின்றார்.

சித்தர்கள் தமது தவத்திற்கு ஏற்ற வகையில் சிறந்த இடங்களை தேர்ந்தெடுத்து அங்கு பல்லாண்டுகளாக தவம் புரிந்துள்ளனர். பொதிகை மலையில் உள்ள சிறந்த மூலிகைகளை ஆராய்ச்சி செய்து மனித குலத்திற்குப் பயன்படும் வகையில் செய்துள்ளனர் சித்தர்கள். இதனைப்பற்றி ஒரு அன்பர் தம் கருத்தைக் கூறியுள்ளார்.

கேரளத்திலுள்ள மூலிகைகள் குளிர்ந்த மூலிகைகள். அதில் மருந்துகள் செய்ய இயலாது. ஆனால் வெப்ப மண்டலமான பொதிகை மலை மூலிகைகள் அக்னி சக்தி கொண்டவை. இவைதான் இரசவாதம் செய்வதற்கும், மந்திரப் பிரயோகம் செய்வதற்கும், மருந்துகள் தயாரிக்கவும் பயன்படுகின்றன. அதனால் தான் பொதிகை மலைக்கு ஏராளமான சித்தர்கள் வந்து சென்றுள்ளனர். இந்த செவ்வாய் பூமியான ஞான பூமியில் தங்கி மணி, மந்திர, மருத்துவம் முதலியவற்றை பொதிகை மலை மூலிகைகளால் செய்தனர். ஞான மூலிகைகளான வல்லாரை, தூதுவளை, கரிசாலை ஆகியவை பொதிகை மலைக்குச் சிறப்பு தருபவை. இவற்றைப் பெருமளவில் கையாண்டார்கள் சித்தர்கள் என்று கூறுகிறார். எனவே, இங்கு அதிக அளவில் சித்தர்கள் வந்து தாங்கள் விரும்பி உறையும் இடமாக பொதிகை மலையைத் தேர்ந்தெடுத்தனர் என்று கருத இடமிருக்கின்றது. சித்தர்கள் எங்கும் எந்த வடிவிலும் இருப்பவர்கள் என்று மக்கள் நம்புகின்றனர்.

சித்தர்கள் வாழுமிடங்கள்

இன்றைய நிலையிலும் பல சித்தர்கள் வாழ்ந்து கொண்டேயிருக்கிறார்கள். பொதிகைமலை சிறந்த மூலிகைகளின் இருப்பிடமாகவும், சித்தர்களின் ஆராய்ச்சிக்கும் தவத்திற்கும் ஏற்ற இடமாகவும் விளங்குகின்றது. சித்தர்கள் உணவின்றிப் பல மாதங்கள் வரையிலும் மலையில் தவம் செய்து வருகின்றனர்.

இதற்கான காரணத்தை 'அகத்தியர் வகார சூத்திரம் 200' என்ற நூலில் அகத்தியர் கூறியுள்ளதை ஒரு அறிஞர் தம் நூலில் எடுத்துரைத்துள்ளார். நாயுருவி விதையைப் பாலில் அரைத்து உட்கொள்ள ஓராண்டுவரை பசியற்றிருக்கும்.

"வெல்லுதற்கு நாயுருவி விரையை வாங்கி

விழுதுபடவே யறைத்துப் பாலில் கொள்ள

வல்லொத்த அக்னியைத் தம்பித்தேதான்

வருடம் ஒன்று தானிருப்பான் பசியில்லாமல்"

என்று கூறுகின்றார்.

பொதிகை மலைச் சித்தர்கள் தாங்கள் நினைத்தவாறு நினைத்த இடத்திற்கு 'குளிகை' மூலம் செல்வார்கள். இந்தக் குளிகை என்று கூறப்படும் ரசமணியைக் கட்டுவதற்குத் தேவையான பல மூலிகைகள் பொதிகை மலையிலும், சதுரகிரி மலையிலும் காணப்படுவதாக ஒரு அன்பர் எடுத்துரைக்கின்றார். பொதிகை மலையில் பல எண்ணற்ற மூலிகைகள் உள்ளன. அவற்றைப்பற்றி அக்காலத்தில் வாழ்ந்த சித்தர்கள் அனைவருக்கும் தெரியும். இவர்கள் பாதரசத்தைக் கட்டி மணியாக்குவார்கள்.

கட்டிய மணியில் சாரணைகள் பல ஏற்றுவார்கள். நவபாசாணங்கள், நவலோகங்கள், நவரத்தினங்கள், கடைச்சரக்கு 64, மூலிகை வகைகள் முப்பத்து இரண்டையும் தனித்தனியாக அதனுடைய சத்துக்களை பிரித்து எடுத்து இந்த கட்டிய மணிக்கு ஊட்டுவார்கள். சாரணை ஊட்டிய ரசமணி பல சக்திகளைக் கொண்டது. இந்தக் கூட்டி சாரணை ஏற்றியதைத் தான் குளிகை என்று கூறுகிறார்கள். இந்தக் குளிகையை வாயில் போட்டு நினைக்கும் இடங்களுக்கெல்லாம் ஒரு நொடியில் போய்விடுவார்கள் சித்தர்கள்.

பாலில் இந்த மணியை கொஞ்ச நேரம் போட்டுப் பின் அந்தப் பாலைக் குடித்தால் 4448 நோய்களும் தீர்ந்து விடும். அரும்பெரும் சித்தர்களையும், காண அரிதான தேவதைகளையும், ஐம்பூத அதிபதிகளையும் தன் ஞானக் கண்ணால் கண்டு மகிழ்வதற்கு இந்தக் குளிகை உதவி செய்யும் என்கிறார். எனவே, பொதிகைச் சித்தர்கள் பல்லாண்டுகளாக இங்கு கிடைக்கும் மூலிகைகளை ஆராய்ச்சி செய்து கொண்டு வாழ்ந்து வருகிறார்கள் என்று மக்கள் நம்புகின்றனர்.

அகத்தியர், கோரக்கர், தன்வந்திரி, தேரையர், மச்சமுனி, இராமதேவர், ரோமரிஷி போன்ற பல சித்தர்களும் பொதிகை மலையில் தவமியற்றியதாக மக்கள் கருதுகின்றனர். இதற்குச் சான்றாக, பொதிகைமலையில் மச்சேந்திரர் தமது 120 சீடர்களோடு சித்தர் தலைவராய் வீற்றிருந்தார். முதன்மை சீடராய்த் திகழ்ந்தவர் கோரக்கர். மச்சேந்திரர் கோரக்கருக்கு 64 வகையிலான யோக சாதனக் கலைகளையும் சித்த மருத்துவக் கலைகளையும் முறையாக உபதேசித்திருந்தார். ஏனைய சீடர்களைவிட மச்சேந்திரருடைய உளக்குறிப்பை உணர்வால் அறிந்து செயற்பட்ட கோரக்கர், ஆசிரியரின் அன்புக்குரியவராய் வாழ்ந்திருந்தார். கோரக்கரோடு பொதிகை மலையில் வசிட்டர், துர்வாசர், காலங்கிநாதர், இடைக்காடர், தன்வந்திரி, கருவூரார், கமலமுனி, சட்டைமுனி முதலியோரும் தனித்தனியே யோகநெறி பயின்று சித்தர்களாக விளங்கியிருந்தனர் என்று ஒரு அறிஞர் தமது நூலில் குறிப்பிட்டுள்ளார்.

பதினெண் சித்தர்களின் உபதேச குருவாக அகத்தியர் கருதப்படுகிறார். அகத்தியர் பொதிகை மலையில் இன்றும் சிரஞ்சீவியாக இருந்து வருகிறார். 1884ல் அச்சான ஒரு புத்தகத்தில் (காஸ்மிக் சைகாலஜிகல் ஸ்பிரிச்சுவல் பிலாஸபி அண்ட் சயின்ஸ்) ஐம்பது ஆண்டுகளுக்கு ஒரு முறை அவர் சீடர்களுக்குப் பொதிகை மலையில் தரிசனம்

கொடுப்பதாக எழுதப்பட்டுள்ளதை ஒரு அறிஞர் தம் நூலில் குறிப்பிடுகின்றார்.

அகத்தியர் தென்பொதிகை மலையில் தமது 18 சீடர்களுடன் வாழ்ந்திருந்ததை அகத்தியர் சௌமிய சாகரம் எனும் நூலில்

"ஆமென்ற யென் பேரகத்தியனாகும்
அருள்ளேோமென்னுடைய

சிஷ பதினென்பேர்

மேமென்ற தென் பொதிகை தென் கயிலை சீஷர்

தேறினாரிவர் பெருமை தேசமதில் சொல்வார்"

என்று கூறுவதாக ஒரு அறிஞர் தம் நூலில் எடுத்துரைத்துள்ளார்.

தன்வந்திரி என்ற சித்தர் மருத்துவத்தில் தலை சிறந்தவர். இவர் தென் பொதிகை சென்று அகத்தியரைக் கண்டு சூட்சுமம் எல்லாமறிந்தார் என்று ஒரு அறிஞர் தம் நூலில் குறிப்பிடுகின்றார். ஆதிகுருவான அகத்தியர் ஜோதிடம், மருத்துவம், தத்துவம், இலக்கணம் ஆகிய அனைத்திலும் வல்லவராகத் திகழ்ந்துள்ளார். எனவே தன்வந்திரி என்ற சித்தர் தென் பொதிகைமலைக்கு வந்து அகத்தியரின் சீடராகி அவரிடமிருந்து மருத்துவ முறைகளையும் இரகசியங்களையும் அறிந்திருக்கலாம் என்று கருத வாய்ப்புள்ளது.

திருக்குற்றாலநாதர் வீற்றிருக்கும் திரிகூட மலையின் வளத்தைப் பற்றி திருக்குற்றால குறவஞ்சியில் கூறும் போது,

"கானவர்கள் விழியெறிந்து வானவரை அழைப்பார்

கமனசித்தர் வந்து காய சித்தி விளைப்பார்"

என்று கூறப்படுகிறது. இதிலிருந்து திரிகூடமலையிலும் பலசித்தர்கள் வந்து தங்கியிருந்த செய்தியை அறிய முடிகின்றது.

பொதிகை மலையில் அகத்தியர், புலத்தியர், அத்திரி, இராமதேவர், கொங்கணர் போன்ற பல சித்தர்கள் வாழ்ந்துள்ளனர். இவர்கள் ஒரே இடத்தில் தங்குவதில்லை. இங்கு பல சித்தர்கள் பல்வேறு வடிவிலும். மக்களின் கண்களுக்குப் புலப்படாமலும் வந்து போவதாக மக்கள் நம்புகின்றனர்.

"சித்தர்களுக்கு வானில் பறந்து செல்லும் தன்மை உண்டு. அவர்கள் இன்றும் வாழ்கிறார்கள். நம்முடன் இருக்கின்றனர். இவர்கள் கருநாகம், கருவண்டு உருவத்திலும் வந்து காட்சி அளிப்பார்கள். நேரில் கண்டோம்." என்று ஒரு அம்மையார் தாம் உணர்ந்த அனுபவத்தைப் பற்றிக் கூறுகின்றார். மேலும் இவர் பொதிகைமலைச் சித்தர்கள் வாழ்ந்த இடங்களைப் பற்றியும் எடுத்துரைக்கின்றார்.

பொதிகைமலைச் சாரலில் புடார்ஜீனம் எனப்படும் திருக்குற்றாலம் புடார்ஜீனம், பொற்குறும்பலா, விசேடபுரம் என இருபத்தோரு நாமம் பெற்றபதி. திருக்குற்றாலத்தில் மௌனஸ்வாமி எனும் நவநரசிம்ம ஸ்வாமி எனும் சித்தர் வாழ்ந்த இடம் மௌனசாமி மடம் என்று அழைக்கப்படுகிறது. பொதிகை மலையில் அகத்தியர், புலத்தியர், அத்திரி, இராம தேவர், மஹா ஸ்ரீ ஸ்ரீ ஸ்ரீ பூர்ணா நந்தம் எனும் காமேஸ்வரன் இவரது குருவாகிய ராக்காடி பாபா என்னும் ஓம் காரனந்த ஸ்வாமிகள் போன்ற பல சித்தர்களும் வாழ்ந்து தவமியற்றி பொதிகைமலைக்கு அழகு சேர்த்துள்ளனர். பொதிகைமலைக்கு தென் கைலாசம் என்ற பெயருண்டு. தென் கைலாசம் என்பதை அறிய வைத்தவர் அகத்தியரின் மாணவர் திருவள்ளுவர்.

பொதிகைமலையின் தொடர்ச்சிகளில் ஒன்றாக மகேந்திரமலையும் இருக்கின்றது. மச்சேந்திரர் என்றும்

கொங்கண தேவர் என்றும், தென்மலை வாதரிஷி என்றும் பல திருநாமங்கள் கொண்டவர்களும் இருந்ததாக வரலாறு கூறுகின்றது. அத்துடன் மிக சமீபத்தில் வாழ்ந்த 105 வயதுடைய கோபாலன் என்று பெற்றோர்கள் வைத்த திருநாமம் கொண்டு பிரம்மச்சாரியாக இருந்து 'ஐயப்ப பக்தர்' என்று கூறிக் கொண்டு வாழ்ந்த மஹாஸ்ரீ மஹாகணம் பொருந்திய

'கொங்கண சாம்பவதி' என்று மக்களால் அறிந்து இனங் கண்டு கொள்ளப்பட்ட சித்தர். அவர் வாழ்ந்த தபோவனம் திருக்குறுங்கை என்னும் ஊராகிய திருக்குறுங்குடித் தலமாகும். பொதிகை மலையில் சந்தனமணம் பரப்பும் காரையார், வானதீர்த்தம், இஞ்சிகுழி, நாகமலை ஆகிய இடங்கள் சித்தர்கள் வாழ்ந்த புனித இடங்கள் ஆகும். பொதிகையின் தொடர்ச்சி என்று சொல்லப்படும் ஆய்க்குடி கம்பளிமலை மகாலிங்கம் கோயிலில் சித்தர்கள் இன்றும் பவனி வருவதை மக்கள் அறிந்து உள்ளார்கள் என்று தமது அனுபவத்தினை ஒரு அம்மையார் கூறுகிறார்.

கடையெழு வள்ளல்களில் ஒருவராக விளங்கும் ஆய்மன்னன் இருந்த ஊரான ஆய்க்குடியில் ஒரு முருகன் கோயில் உள்ளது. திருநெல்வேலி மாவட்டம் செங்கோட்டைக்கு அருகில் உள்ளது ஆய்க்குடி. இந்தப் பாலமுருகன் கோயிலின் பின்புறத்தில் முருகனை வழிபட்ட சித்தர் முருகனுடன் கலந்து விட்டதாக மக்கள் நம்புகின்றனர். இக்கோவிலில் வைதீக முறைப்படி காவடி வழிபாடு, பால்குட வழிபாடு, படிப்பாயாசம் இவைகள் சிறப்பாக நடைபெற்று வருகின்றன. இவைகளை நடத்தி வேண்டிய வரங்களைப் பெற்றவர்கள் பலர் உள்ளனர்.

பாலமுருகன் குழந்தைகளுடன் வந்திருந்து பாயாசம் அருந்துவதாக மக்கள் நம்புகின்றனர். இந்தக் கோயிலில் விபூதிப் பிரசாதம் ஸ்தல விருட்சமான அரசு இலையில் வைத்துக் கொடுக்கப்படுகிறது. இக்கோயிலில் சித்தரின்

சக்தி உள்ளது. இதைப் பற்றிய குறிப்பு இக்கோயிலின் ஸ்தல வரலாற்றில் காணப்படுகிறது. ஆய்க்குடி என்ற புண்ணிய ஸ்தலத்தில் ஸங்கேதிகள் என்னும் வம்சத்தில் பண்டைக் காலத்தில் உதித்த சித்தர் ஒருவர் அருள் விலாஸம் பொழிய வந்து சமாதி அடைந்தார். அவர் சமாதியின் மேல் திரிமூர்த்தி உருப்பெற்ற அரச விருட்ஷம் இருந்தமையால் சித்தரை 'அரசரடியார்' என்று யாவரும் வழங்கலாயினர். இறைவன் திருவருளால் அவ்விடத்தே சித்தருடைய சக்தி திரண்டு ஸ்ரீபாலஸுப்ரமணிய ஸ்வாமியாக உருப்பெறவே அப்பெருமான் எழுந்தருளும் ஆலயம் ஒன்று அங்கே நிறுவப்பெற்று பூசை முதலியன நடந்து வரலாயின. பக்தரான சித்தர் பாலக்கடவுளாய் முளைத்து எழுந்துவிட்டார். சித்தருடைய சைதன்யம் சித்தருக்கும் மேலான கடவுளாய்க் காட்சி கொடுத்து பாலஸுப்ரமணியரூப நாமதேயத்துடன் விளங்கி வருகிறார் என்று கூறப்படுகிறது.

இக்கருத்திற்கு விளக்கம் தருவதாக தினமலர் பக்தி மலரில் வெளிவந்த "வாழ்வு தருவான் வள்ளி மணாளன்" என்ற கட்டுரை ஒன்று அமைகின்றது. திருநெல்வேலி மாவட்டம் செங்கோட்டைக்குக் கிழக்கே 13 கி.மீ தூரத்தில் உள்ள ஊர் ஆய்க்குடி. இங்கே ஒரு நதி ஓடுகிறது. அதனை 'அனுமந்நதி' என்கிறார்கள். அதன் கரையில் முருகன் கோயில் இருக்கிறது. குழந்தைசாமியாக, பாலசுப்ரமணியராக கிழக்கு நோக்கி எழுந்தருளி அருள்பாலிக்கின்றார் குமரக்கடவுள். குமரனை வழிபட்ட ஒரு சித்தர் அவருடன் ஐக்கியமானதாக ஐதீகம். கோயிலின் பின்புறமுள்ள பாம்புப் புற்றில் நாக வடிவத்தில் அவர் இன்றும் வாழ்கிறார் என்பது பக்தர்களின் நம்பிக்கை. அவர் வழிபட்ட சிவன் முதலான மூர்த்தங்கள் பாலசுப்பிரமணியரின் பின்புறம் இருக்கின்றன. பாலமுருகனை நினைத்து வழிபட்டு விரதம் இருப்பவர்களுக்குக் குழந்தைப் பேறும், கல்யாணமாகாதவர்கட்குத் திருமணப் பேறும் கிடைக்கிறது என்று கூறப்பட்டுள்ளது.

சித்தர்கள் அனைவரும் சீரிய முறையில் அரிய பெரிய கலைகளை உணர்த்துவதில் பெரும் தீரர்கள். இவ்வுலகிலுள்ள துன்பங்களுக்கெல்லாம் மிக முக்கியக் காரணம் 'அதிக அளவு ஆசையும், மக்களின் மனவலிமையின்மையுமே' என்பதனை எடுத்துரைத்தவர்கள். நிகழ்காலத்திற்கும், வருங்காலத்திற்கும் வழிகாட்டியாக சித்தர்கள் வாழ்ந்து வழிகாட்டிக் கொண்டிருக்கிறார்கள்.

சித்தாந்தக் கொள்கைகளைப் பரப்புவதற்காகக் கேரளத்திலும், தமிழகத்திலும் ஐந்து சித்தாசிரமங்களை அமைத்தவர் ஞானப்பிதா சிவானந்த பரம்ஹம்சர். தெற்கே தமிழகத்திலுள்ள ஐந்தருவிக் கரையில் வந்திருந்த சுவாமி சங்கரானந்தா அவர்கள் உருவாக்கியதே ஐந்தருவிக் கரையிலுள்ள சங்கராசிரமம். மனிதன் உண்டு, உடுத்தி வாழ்வதற்காக மட்டும் இங்கு பிறக்கவில்லை. அவன் தன்னுள் உறைந்துள்ள சக்தியை மேம்படுத்தி தன்னை உணரவே பிறந்துள்ளான். இக்கருத்தினைப் பலருக்கும் உணர்த்திய இடம் சங்கராச்சிரமம் 'ஐந்தருவிச் சித்தர்'

என்ற புத்தகத்தில் ஐந்தருவிச் சித்தரைப் பற்றிய தகவல்கள் கூறப்பட்டுள்ளன. ஐந்தருவிக் காட்டுடன் சுவாமிஜிக்கு 1939 முதல் 1974 வரை தொடர்பு இருந்ததாகத்

தெரிகிறது. 1947 முதல் சுமார் 15 வருடங்கள் சுவாமிஜி இங்கு அதிக தீவிர சாதனையில் ஈடுபட்டார் என்கிறார் ஆசிரியர்.

சுவாமிஜி சித்த வித்தையை பலருக்கும் கற்றுக் கொடுத்தார். தம்மிடம் வந்து உபதேசம் பெறுபவர்கள் அதை ஓரளவிற்கு ஈடுபாட்டுடன் செயல்படுத்துவார்களா? எனச் சோதித்த பின்பு தான் உபதேசம் தருவாராம். சாதி, மத, இன, ஆண், பெண் வேறுபாடுகளின்றி அனைவருக்கும் உபதேசம் தருவாராம். ஒரு சிலருக்கு தாமே முன் வந்து உபதேசம் செய்வாராம். சிலர் கேட்ட போது தட்டிக் கழிப்பாராம். இதற்கான காரணம் அவருக்கு மட்டுமே தெரியுமாம் என்று

ஒரு அன்பர் தம் கருத்தைக் கூறுகிறார். இவரிடம் உபதேசம் பெற்ற பலரும் இன்று மிக நல்ல உயர்ந்த நிலையில் உள்ளனர். இதற்குச் சான்றாக உள்ள ஒரு சிலரைப் பற்றி "ஐந்தருவி சித்தர்" நூலில் கூறப்பட்டுள்ளது.

"ஐம்பது ஆண்டுகளுக்கு முன்பு ஐந்தருவிக்கு மேலே உள்ள நாகமலை எஸ்டேட்டில் கண்காணிப்பாளாராகப் பணியாற்றிய வெள்ளப்பாண்டி, சுவாமிஜியின் கருணையால் 1962-ல் சித்தோபதேசம் பெற்று முதல் முறையாகத் தியானப் பயிற்சியில் ஈடுபட்டுப் பெரும் பயனைப் பெற்றுள்ளார். 1995 - 1996 ஆம் ஆண்டில் ஆசிரமத்தின் செயலாளராகப் பணியாற்றியுள்ளார்.

செல்லத்துரை ரயில்வேயில் பணியாற்றி ஓய்வு பெற்றவர். இவர் அறுபதுகளில் சினிமா கதாநாயகர்கள் ஆபத்தான சண்டைக் காட்சிகளில் நடிக்கும்போது அவர்களுக்காக அவர்களைப் போன்றே ஒப்பனை செய்து நடிப்பதுண்டு. கவிஞர் மெய்யப்பன் மூலம் சுவாமிஜியிடம் வந்து சேர்ந்தவர். இவர் தம் தொழில் காரணமாக மிகக் காலதாமதமாகத்தான் உபதேசம் பெற்றார். குருவருள் இவரிடம் அபரிதமாக குடிகொண்டுள்ளது. அதன் காரணமாகப் பதினெண் சித்தர்களைப்பற்றி அலசி ஆராய்ந்து புதிய கோணத்தில் அற்புதமாகப் பேசுகிறார். எல்லாம் குருகடாட்சத்தின் மகிமைதான் எனப்படுகிறது.

செல்லப்பா ஆவியுலக ஆராய்ச்சியில் ஈடுபட்டு பின் சுவாமிஜியிடம் வந்தவர். நாட்டுப்புறக் கலைகளில் இன்று கொடிகட்டிப் பறக்கும் பேராசிரியை விஜயலட்சுமி நவநீத கிருட்டிணனின் மூத்த சகோதரர். தன் வழி தனி வழி என வாழ்பவர். தாம் பேசும் பொருளை உணர்ந்து பேசும் ஆற்றல் பெற்றவர் என்று ஆசிரியர் கூறுகிறார்.

ஐந்தருவி சுவாமிஜி சங்கரானந்தா அவர்கள், 30.8.1974 வெள்ளிக்கிழமை திருவோணத் திருநாளில் சமாதியடைந்தார். இவர் இன்னும் இங்கு வாழ்ந்து கொண்டு

ஆசிரமத்தில் உள்ளவர்கட்கும், பிறமக்களுக்கும் வழிகாட்டிக் கொண்டிருப்பதாக மக்கள் நம்புகின்றனர். இங்கு வருடத்திற்கு ஒருமுறை தேர்தல் நடக்கும். உறுப்பினர்களால் தலைவரும், செயலாளரும் தேர்ந்தெடுக்கப்படுவார்கள். இங்குள்ள பெரும்பாலான உறுப்பினர்கள் அனைவருமே சுவாமிஜியிடம் நேரிடையாக தீட்சை பெற்றவர்கள். தற்போது இந்த ஆசிரமத்தின் தலைவராக ஆ.சிவராமகிருஷ்ணனும், செயலாளராக ஆ.சி.ஆதிமூலமும், பொருளாளராக ஜி.இராமராஜ் அவர்களும் உள்ளனர். இங்கு பிராணாயாமம், தியானம் போன்ற பயிற்சிகள் இலவசமாக அளிக்கப்படுகின்றன. தமிழ் மாதத்தில் கடைசி ஞாயிறன்று பல சித்த வித்யார்த்திகள் உரையாற்றுகின்றனர்.

கடையநல்லூரில் இருந்து 15 கி.மீ. தொலைவில் குலசேகரமங்கலம் என்ற கிராமத்தில் 'ஸ்ரீ கரடி மாடசுவாமி' திருக்கோவில் உள்ளது. அங்குதான் பேசும் தெய்வமாகிய 'ஸ்ரீகரடிச்சித்தர்' அவதரித்துள்ளார். இவரது இயற்பெயர் அருணாச்சலத்தேவர். இவரது மனைவி பெயர் கணபதி அம்மாள். இவர்கட்கு மூன்று மகன்களும், ஒரு மகளும் இருக்கின்றனர்.

"ஸ்ரீகரடிச்சித்தர்" மாதாமாதம், திருவோண நட்சத்திரத்தில் திருக்குற்றாலத்திலுள்ள ஆதிபராசக்தி பீடத்திற்குச் சென்று வணங்கி வருவார். ஸ்ரீகரடிச்சித்தரின் வீட்டிற்குப் பக்கத்தில் கட்டி விநாயகர் என்ற பிள்ளையார் கோவில் உள்ளது. அக்கோவில் சிறப்பு அம்சம் பொருந்தியது. அங்கு ஸ்ரீகரடிச்சித்தரிடம் அருள் வாக்கு கேட்க மக்கள் பலரும் வருகிறார்கள் என்று ஒரு அன்பர் கூறுகின்றார்.

ஸ்ரீகரடிச்சித்தரின் உடலில் 24 மணி நேரமும் ஸ்ரீகரடிமாடசுவாமியின் அருள் இருக்கின்றது. பகலில் அருள் வாக்குச் சொல்வதில்லை. பகலில் அன்றாட பணிகளை முடித்துவிட்டு கட்டி விநாயகர் கோவிலில் உள்ள படிக்கட்டில்

தியானத்தில் அமர்ந்திருப்பார். கண் மூடிய நிலையில் காட்சித் தருவார்.

பின் 6.30 மணியளவில் வீட்டிற்குச் சென்று, ஸ்ரீகரடி மாடசுவாமி உள்ள பூஜை அறைக்குச் சென்று அங்கும் தியானத்தில் அமர்ந்திருப்பார். சுமார் இரண்டு மணி நேரம் வரை ஆண்டவனிடம் பேசிக் கொண்டிருப்பார். அப்போது அங்கு யாரும் செல்வதில்லை. இவர் அருள்வாக்குச் சொல்லும் பக்தர்களிடம் பணமோ, மற்ற எந்த பொருட்களோ வாங்காமல், நியாயத்தின் பேரில் தர்மத்தின் பேரில் தன்னை நாடி வரும் பாமர மக்களின் குறைகளைப் போக்கி வருகிறார்.

இரவு சுமார் 9 மணியளவில் பூசை அறையில் வைத்து அருள் வாக்குச் சொல்வார்கள். ஒவ்வொருவராக அவரது முன் போய் அமரவேண்டும். ஸ்ரீகரடிச்சித்தர் அவர்கள் ஞானக் கண்ணால் அந்தந்த மக்களின் மனக்குறைகளையும், உடற்குறைகளையும் அறிந்து போக்கி விடுகிறார். இதற்குச் சான்றாக ஒரு அன்பர் நிகழ்ச்சி ஒன்றைக் கூறினார்.

"எனது உறவினரின் மகன் சென்னையில் தனியார் நிறுவனமொன்றில் பணியாற்றி வருகிறான். அவனது வேலைப் பளுவின் காரணமாகவும், வீட்டுச் சூழ்நிலையின் காரணமாகவும் அவனுக்குச் 'சித்த பிரமை' பிடித்து விட்டது. அவர்களுக்கு நிறைய வசதி வாய்ப்புகள் இருப்பதால் பல மருத்துவர்களிடம் சென்று காட்டினார்கள். ஆனால் பிணி தீரவில்லை. எனது உறவினரின் மகனுக்காக வேண்டி நான் ஸ்ரீகரடிச்சித்தரிடம் வந்து விபூதிப் பிரசாதம் கேட்டு வாங்கிச் சென்றேன். அவர் விபூதியை என்னிடம் தந்த நேரத்திலிருந்து எனது உறவினரின் மகனுக்கு சிறிது சிறிதாக பிணி குணமாவதை எங்களால் உணரமுடிந்தது. எனது உறவினர் தமது பெற்றோரை மதிப்பதில்லை. இவர் பல பாவங்கள் செய்துள்ளதால் தான் இவரது பிள்ளைக்கு இந்த நோய் வந்துள்ளது. என்னால் இந்த நோயை இப்போதே முழுவதுமாக குணமாக்க முடியும். ஆனால், இவனது வினைப்

பயனை இவன் அனுபவித்தே தீர வேண்டும். அப்போது தான் தனது தவறை நினைத்து வருந்துவான். இனி தவறு செய்யமாட்டான் என்று ஸ்ரீகரடிச்சித்தர் கூறியதாக அந்த அன்பர் கூறினார்."

இவரைப் போன்று பலரும் இங்கு வந்து தினமும் அருள் வாக்குக் கேட்டுச் செல்கின்றனர். ஊமையைப் பேச வைத்துள்ளார். ஊனத்தைப் போக்கியுள்ளார். மாங்கல்யப் பிச்சை தந்துள்ளார். தினமும் பலரது குறைகளைப் போக்கி வருகிறார்.

ரோமரிஷி என்ற சித்தரைப் பற்றிய குறிப்பு ஒரு நூலில் வருகின்றது. ரோமாபுரி என்னும் நாட்டின் வட கோடியிலுள்ள கானகத்தில் பிறந்தவர் ரோமரிஷி. உடம்பெல்லாம் கரடி போல் ரோமம் மிகவுடைய சித்தர் ரோமரிஷி. இவரைக் கரடி மயிர்ச் சித்தர் என்பர். ரோமரிஷியின் தந்தை செம்படவன், தாய் குறத்தி என்று ஒரு அறிஞர் கூறுகின்றார். இந்த ரோமரிஷி தான் கரடிச்சித்தராக இன்றும் மக்களிடையே வாழ்ந்து மக்களுக்கு வழிகாட்டுவதாக மக்கள் நம்புகின்றனர்,

'சித்தர் கோட்டம்' என்ற இடம் தென்காசிக்கு அருகில் மத்தளம் பாறை கிராமத்தில் உள்ளது. அங்கு சித்தர்கள் பலரும் இன்றும் பல்வேறு உருவத்திலும் வந்து செல்வதாக மக்கள் நம்புகின்றனர். இங்கு டாக்டர் சண்முகத்தாய் செல்வநாதன் அவர்களும், டாக்டர் செல்வநாதன் அவர்களும் அரசு பதிவுபெற்ற மருத்துவர்களாகவும் இருந்து வருகிறார்கள். 'நம் தேக ஆரோக்கியமே நாம் தேடும் பொருள்' என்ற கொள்கையுடையவர்கள். சகலவிதமான நோய்களுக்கும் சகல விசேஷங்களுக்கும் கைநாடி பார்த்து மருந்து கொடுத்து குணமாக்குகின்றனர்.

இந்த இடத்தில் வாழ்ந்த மஹாஸ்ரீ பூர்ணானந்தம் சுவாமிஜியையும், ஆறுமுகம் என்ற 205 வயது கொண்ட சித்தருடனும் இந்த தம்பதியர் தொடர்பு கொண்டவர்கள். இங்கு வைத்தீஸ்வரன் கோயில் ஒன்றும் நவக்கிரகங்களின்

பீடமும் உள்ளன. இங்கு பல யாகங்களும் நடந்துள்ளன. இங்குள்ள சித்தர் சமாதி மிகவும் சக்தி பெற்றது.

சித்தர் சமாதிகள்

சித்தர்கள் பலர் சமாதி பெற்ற இடங்கள் பொதிகைமலையில் உள்ளன. ஒரு சித்தர் சிறிது நேரம் சமாதி நிலையிலோ அல்லது தியான நிலையிலோ இருந்தால் பல ஆண்டுகள் நல்ல அணுக்கள் வாழும்படி செய்து விடுவார் என்ற நம்பிக்கை மக்களிடையே உள்ளது. உலகில் நீதி, நியாயம் நிலைத்து நிற்பது சித்தர்களின் சமாதி நிலையினாலேயேயாகும்.

யோகிகள் சமாதி பெற்ற இடத்தில் சுயம்புலிங்கம் தோன்றும். அவர்கள் தம் உள்நாக்கையே லிங்கமாகக் கொண்டு தியானம் செய்வதனால் அவர்களும் லிங்க வடிவாகின்றனர் என்று ஒரு அறிஞர் கூறுகிறார். மேலும் அவரே தமது நூலில் கீழ்க்கண்டவாறு சித்தர்கள் சமாதி பெற்ற இடங்களையும் சுட்டிக்காட்டுகின்றார்.

அட்டவணை

வ.எண்	சித்தர்கள்	சமாதிகள்
1	அகத்தியர்	அனந்த சயனம்
2	போகர்	பழனி
3	இராம தேவர்	அழகர்மலை
4	கொங்கணர்	திருப்பதி
5	கருவூரார்	தஞ்சாவூர்
6	கோரக்கர்	திருக்கழுக்குன்றம்
7	புலத்தியர்	பாபநாசம்
8	தேரையர்	பொதிகைமலை

இவை தவிரவும் பொதிகைமலைப் பகுதிகளில் பிற இடங்களிலும் சித்தர் சமாதிகள் உள்ளன. சித்தர்கள் இல்லாத இடம் எங்குமே இல்லை. அவர்கள் அனைத்திடங்களிலும் நீக்கமற நிறைந்து தமது சக்தியினை வெளிப்படுத்தி மக்களுக்கு அருள்பாலித்து வருவதாக மக்கள் நம்புகின்றனர். இதனைக் கீழ்க்கண்டவாறு வகைப்படுத்திக் காண்போம்.

அட்டவணை

வ.எண்	சமாதியான இடம்	சித்தர்கள்
1	சித்தர் கோட்டம்	ஸ்ரீஸ்ரீஸ்ரீ பூர்ண நந்தம் சுவாமி
2	மௌனசாமி மடம்	திருக் குற்றாலம்
3	அத்திரி மலை	அத்திரி மகரிஷி
4	திருக்குறுங்குடிநம்பி கோவில்	கொங்கணர்
5	ஆய்க்குடிமகாலிங்கம் கோயில்	சித்தர் பெயர் தெரியவில்லை
6	வடப்புறம் உள்ள சமாதி	தென்காசி காசி விஸ்வநாத சுவாமி
7	ஆய்க்குடி முருகன் கோயில் (முருகனுக்கு பின்புறம்)	அரசரடியார்
8	கிருட்டிணாபுரம் ஆஞ்சநேயர்	மூன்று சித்தர்கள் (பெயர் தெரியவில்லை)

மேற்கண்ட இடங்களில் சித்தர்கள் ஜீவ சமாதி கொண்டுள்ளனர். இன்னும் பல இடங்களிலும் இவர்கள் வாழ்ந்து கொண்டிருக்கிறார்கள் என்று மக்கள் நம்புகின்றனர்.

எப்போதும் அலைகளாக இங்கு சித்தர்களின் சக்தி பரவியிருப்பதால்தான் இக்கோயில்களின் சக்தி மேலும் மேலும் பிரகாசித்து வருகின்றன என்று மக்கள் கருதுகின்றனர்.

பொதிகைமலையில் பல நூறு சித்தர்கள் வாழ்ந்திருந்து தவமியற்றியுள்ளனர். அவர்களுள் அகத்தியர், கொங்கணர், புலத்தியர், இராமதேவர், ரோமரிஷி போன்றோர் குறிப்பிடத்தக்கவர்கள். இவர்கள் மூலிகைகளை ஆராய்ந்து அதன் நற்பலன்களை நல்லெண்ணமுடைய மக்களுக்கு எடுத்துரைத்துள்ளனர். யாகங்கள் பலவற்றையும் உலக நன்மைக்காகச் செய்துள்ளனர்.

ஆசிரமங்கள் பலவற்றையும் அமைத்து மக்களுக்கு உதவியுள்ளனர். இன்னும் ஒரு சில சித்தர்கள் இன்றும் மக்களோடு மக்களாய் வாழ்ந்து மக்களுக்கு நல்வழி காட்டி வருகின்றனர். இதனைப் பலரும் தமது அனுபவப்பூர்வமாக உணர்ந்துள்ளனர். சித்தர்கள் பலரும் பொதிகைமலைப் பகுதியிலுள்ள பல கோவில்களில் ஜீவ சமாதி கொண்டு மக்களுக்கு அருள்பாலித்து வருகின்றனர். உலகிற்கு நன்மையே செய்ய வேண்டும் என்ற எண்ணமுடைய சித்தர்கள் தமது செயலைத் தொடர்ந்து செய்து வருகின்றனர்.

4. சித்தர்கள் கண்ட தத்துவம்

சித்தர்கள் தங்கள் மனதை ஒருநிலைப்படுத்தி, யோக நெறி நின்று இறை அருளைப் பெறுவார்கள். சித்தர்கள் தமது ஐம்புலன்களையும் ஒடுக்கி உலக உண்மைகளை மட்டுமின்றி உலகத்தைப் படைத்த சக்தியையும் அறிய முயல்பவர்கள். சித்தர்கள் எவ்வளவோ புதிய கண்டுபிடிப்புகளை உலகறியச் செய்திருக்கிறார்கள். இவர்களுடைய கண்டுபிடிப்புகள் உலகிற்குப் பயன்படக் கூடியன. மக்களை வாழ்விக்கவே அவர்கள் தங்கள் நேரம் காலம், வாழ்க்கை முதலியவைகளைச் செலவிட்டனர். மனித சமுதாயத்தின் தொல்லைகளைப் போக்குவதற்காகவே தங்களை இவர்கள் அர்ப்பணித்துக் கொண்டனர். சித்தர்கள் கண்ட தத்துவங்கள் யாவன என்று இவ்வத்தியாயத்தில் காண்போம்.

பரம்பொருள் ஒன்றே

சித்தர்களின் பாடல்களில் மெய்ஞ்ஞான தத்துவமும், விஞ்ஞான உணர்வும், காலத்தை வென்ற கருத்துக்களும் காணப்படுகின்றன. சித்தர் பாடல்களில் ஒரு சில பாடல்களின் கருத்துக்கள் நாத்திகவாதம் போலத் தோன்றும். ஆனால், ஆழமாகப் பார்க்கும் போது சித்தர்களின் கடவுள் நம்பிக்கைக் கொள்கை வெளிப்படும். சித்தர்கள் 'பரம்பொருள் ஒன்றே' என்ற கொள்கையினை உடையவர்கள். அக வழிபாட்டு முறையைப் பின்பற்றியவர்கள் சித்தர்கள்.

"எங்கள் தேவர் உங்கள் தேவர் என்றிரண்டு தேவரோ?

அங்கும் இங்குமாய் இரண்டு தேவரே இருப்பரோ?

அங்கும் இங்கும் ஆகி நின்ற ஆதிமூர்த்தி ஒன்றல்லோ?

வங்கவாரம் சொன்ன பேர்கள் வாய்புழுத்து மாள்வரே"

என்கிறார் சிவவாக்கியர்.

சித்தர்கள் உருவ வழிபாட்டையும், தேவையற்ற சாத்திரங்களையும், சடங்குகளையும் எதிர்ப்பவர்கள்.

"ஏட்டுச்சுரைகாய் கறிக்கிங் செய்திடாது போல்

எண்திசை தீர்ந்துங்கதி எய்தல் இல்லையே

நாட்டுக்கொரு கோயிற்கட்டி நாளும் பூசித்தே

நாதன் பாதம் காணார்கள் என்று ஆடுபாம்பே"

என்று பாம்பாட்டிச் சித்தர் கூறுகின்றார்.

"சதுர்வேதம் ஆறுவகைச் சாத்திரம் பல

தந்திரம் புராணங்களை சாற்றும் ஆகமம்

விதம் விதமானவான வேறு நூல்களும்

வீணான நூல்களே என்று ஆடுபாம்பே"

என்று வேதங்கள், சாத்திரங்கள், தந்திரங்கள், புராணங்கள், ஆகமங்கள் ஆகியன வீணானவை என்று குறிப்பிடுகிறார் பாம்பாட்டிச் சித்தர்.

"சக்தியே பராபரமே ஒன்றே தெய்வம்

சகலவுயிர் சிவனுக்கு மதுதானச்சு

புத்தியினாலறிந்தவர்கள் புண்ணியோர்கள்

பூதலத்தில் கோடியிலே ஒருவருண்டு

பக்தியினால் மனமடங்கி நிலையில் நிற்பார்

பாழிலே மனத்தை விடார் பரமஞானி

சுத்தியே யலைவதில்லைச் சூட்டஞ் சூட்சுமம்

சுழியிலே நிலையறிந்தால் மோட்சந்தானே"

என்று அகத்தியர் இறைவன் ஒருவனே என்ற கருத்தினை எடுத்துரைக்கின்றார். நமக்குள்ளே இருக்கும் இறைவனை நாம் அறிந்து கொள்ள முயல வேண்டும். அப்போதுதான் நமக்கு முக்தி கிடைக்கும் என்கிறார்.

புண்ணியத் தலப் பயணங்கள், கோவில் பூசைகள் என்பது அனைவராலும் செய்ய முடியாது. இதற்குரிய வசதிகளும், வாய்ப்புகளும் உள்ளவர்கள் மட்டுமே இதைச் செய்ய முடியும். உண்மையான அன்பும் தூய பக்தியும் இருந்தால் இறைவனை உள்ளத்திற்கு உள்ளேயே உணர முடியும். மனிதத் தன்மையும், உள்ளத் தூய்மையும் உடையவர்கள் இதனை எளிதில் அடையலாம் என்கின்றனர் சித்தர்கள்.

சித்தர் பாடல்களில் 'ஒன்றே குலம், ஒருவனே தேவன்' என்ற கருத்து வெளிப்படுகின்றது. அக வழிபாட்டின் மூலம் இறைவனை உணர்ந்தவர்கள் சித்தர்கள். அகவழிபாட்டின் பயனைப் பற்றி ஒரு அறிஞர் தம் நூலில் கீழ்க்கண்டவாறு எடுத்துரைக்கின்றார்.

"அகவழிபாட்டில் தெய்வத்தை நாம் வணங்கும்போது தெய்வத்தினிடம் உரிமையுடன் பேசலாம். நம் விருப்பத்தை நிறைவேற்றி வைக்கும்படி வேண்டலாம். நம் குறைகளை எல்லாம் போக்கும்படிச் சொல்லி மன்றாடலாம், தெய்வமும் பேசும், அறிவுரை கூறும், ஆறுதல் சொல்லும். ஆரம்பத்தில் இவை கற்பனையேயானாலும் போகப் போக அவை தெய்வ வாக்காகவே இருக்கும்" என்று அந்த அறிஞர் கூறுகின்றார். சித்தர்களின் அகவழிபாட்டினை உலகியல் மனிதனும் பயிற்சியால் பெற முடியும்.

அட்டமாசித்துக்களைப் பெற்றவர்கள் சித்தர்கள். எண் வகைச் சித்துக்களாவன, "அணிமா, மகிமா, இலகுமா, கரிமா, பிராப்தி, வசித்துவம், பிரகாமியம், ஈசத்துவம் இவ்வாறு ஒரு அறிஞர் தம் நூலில் குறிப்பிடுகின்றார்.

"அணிமா என்பது அணுவைப் போல் சிறிதாதல்

மகிமா என்பது மேருவைப் போல் பெரிதாதல்

இலகிமா என்பது காற்றுப் போல் லேசாதல்

கரிமா என்பது பொன் போல் பறவாதல்

பிராப்தி என்பது எல்லாவற்றையும் ஆறாதல்

வசித்துவம் என்பது எல்லோரையும் ஆறாதல்

பிராகாமியம் என்பது கூடுவிட்டுக் கூடு பாய்தல்

ஈசத்துவம் என்பது விரும்பியதனையெல்லாம்

செய்து முடித்து அனுபவித்தல்"

என்கிறார் அறிஞர் ஒருவர்.

இறைமைப் பேற்றைப் பெற்ற இச்சித்தர்கள் மூட நம்பிக்கைகளையும், போலிச் சமய சடங்குகளையும், சம்பிரதாயங்களையும் பாராட்டாமல், மெய்யுணர்வைப் போற்றியுள்ளனர் என்பதனையும் அறிய முடிகின்றது.

சாதி சமய பேதமற்ற சமுதாயம்

சித்தர்கள் சாதி, சமய வேறுபாடுகளை வெறுப்பவர்கள். சித்தர்கள் மனிதர்கட்கு உண்மையான ஞானத்தையும், பக்தியையும் போதிக்கின்றனர், இவர்கள் மனித சமுதாயம் மாண்புற வேண்டும் என்ற நோக்கில் பக்குவமுடைய இறைதாகமுடைய மக்களுக்கு 'உபதேசம்' செய்விக்கின்றனர். தீட்சை தருவது பற்றியும், தீட்சை பெற்றவரைப் பற்றியும் ஓர் அறிஞர் தம் கருத்தைக் கீழ்கண்டவாறு தெரிவிக்கின்றார்.

சீடன் எனப்படுபவன் தாகமுடையவனாகவும், ஆர்வமும் தெளிவும் பெற்ற நிலையை அடையக் கூடிய பக்குவ நிலையில் அவனுக்குத் 'தீட்சை' கொடுப்பதற்கான நாள் குறிக்கப்படும். பெரும்பாலும் அவிட்ட நட்சத்திரம், சதய நட்சத்திரம் வரும் நாட்கள் சிறப்பாக ஏற்றுக் கொள்ளப்படும்.

அந்நாளில் சீடனுக்கு முறைப்படி அதாவது உடல்சுத்தம், உடைச்சுத்தம், மனச்சுத்தம் ஆகியவற்றை ஏற்படுத்தி அக்னி வளர்த்து, அதன் சாட்சியாகச் சீடனுக்கு தீட்சை செய்யப்படும் நிலையும் வழக்கத்தில் உள்ளது. தீட்சை பெற்றுக் கொண்டவர் தாம் துவிஜனாக அதாவது இரண்டாம் பிறவி (தாயின் கருவிலிருந்து வெளிவருவது முதற்பிறவி, தீட்சை பெறுவது இரண்டாவது பிறவி) எடுத்தவனாக கருதி காரியங்கள் செய்ய வேண்டும் என்று அந்த அறிஞர் கூறுகின்றார்.

சித்தர்கள் சைவ சமயத்தினையும், சைவ சிந்தாந்தக் கருத்துகளையும் ஏற்றனர். ஆனால் சில இடங்களில் முரண்பட்டு புதிய சித்தாந்தம் கண்டனர். சித்தர்கள் வாழ்வியல் பற்றியும், சமூகத்தைப் பற்றியும், உடல் மற்றும் ஆன்மாவின் சிறப்பைப் பற்றியும் தமது பாடல்களில் பாடியுள்ளனர். சாதி சமய, இன மூடநம்பிக்கைகளையும் வேறுபாடுகளையும் எதிர்த்தனர். எனவே தான் இவர்கள் சைவ சமய சித்தாந்தத்தினின்றும் சற்று வேறான சித்தாந்தத்தினைக் கொண்டிருந்தனர் எனலாம்.

"சாத்திரங்கள் ஓதுகின்ற சட்டநாத பட்டரே!

வேர்த்து இரைப்பு வந்த போது வேதம் வந்து உதவுமோ?

மாத்திரைப் போதும்முள்ளே யறிந்து தொக்க வல்லீரேல்

சாந்திரப்பை நோய்கள் ஏது? சக்தி முக்தி சித்தியே!"

என்கிறார் சிவவாக்கியர்.

தேவையற்ற போலிச் சாத்திரங்களும் சடங்குகளும் இறைவனை அடைய உதவாது. மனிதருக்குள் இருக்கும் இறைவனை உணர்ந்து கொண்டால் மனிதருக்கு சக்தியும் முக்தியும் கிட்டும் என்ற கருத்தை இங்கு தெளிவுபடுத்துகிறார் இந்தச் சித்தர்.

"சாதியாவது ஏதடா? சலம் திரண்ட நீரெல்லாம்

பூதவாசல் ஒன்றல்லோ, பூதம் ஐந்தும் ஒன்றல்லோ?

காதில் வாளி, காரை கம்பி, பாடகம் பொன் ஒன்றல்லோ?

சாதி பேதம் ஓதுகின்ற தன்மை என்ன தன்மையோ?"

என்று சாதி பேதங்களைச் சாடுகிறார் சிவவாக்கியர்.

வழிவழியாக முன்னோரால் வழிபட்டு வந்த நெறிகளை மாற்றியமைக்கும் புரட்சி சிந்தனையை மக்களிடையே ஊட்டியவர்கள் சித்தர்கள். சமய நெறிகளில் புரட்சிகரமான சிந்தனைகளை புகுத்தியதன் மூலம் அறிவார்ந்த வழிபாட்டு நெறியை அறிமுகப்படுத்தினர். சாதி சமய பேதங்களை வெறுத்தனர் என்பதை அறிய முடிகிறது.

சமய பேதமின்றி சித்தர்கள் பக்குவப்பட்ட மக்களுக்குத் தீட்சை கொடுப்பார்கள். ஒரு காலத்தில் குறிப்பிட்ட சமுதாயத்தினருக்கு மட்டுமே உரியது என்று கூறப்பட்ட "காயத்ரி மந்திரம்" இன்று அனைத்து மக்களாலும் அறியப்பட்டதென்றால் அதுவும் சித்தர்களின் முயற்சிகளினாலேயே ஆகும். இதனை விளக்கும் விதமாகக் கீழ்கண்ட அறிஞரின் கருத்து அமைகிறது.

"பிரம்ம காயத்ரி" கூட இன்று அனைவராலும் அறியப்பட்ட நிலை ஏற்பட்டதென்றால், விவேகானந்தரைப் போன்ற சித்த புருஷர்களின் சீரிய செயலாகும் எனலாம். உபநயனத்தின் போது முதல் மந்திரமாகவும், முக்கிய மந்திரமாகவும் சொல்லப்படுகின்ற "சூரிய காயத்ரி" சத்திரிய வம்சத்தவனான விசுவாமித்திர முனிவரால் அருளப்பட்டதாகும். வசிஸ்டருக்கும், விசுவாமித்ரருக்கும் ஏற்பட்ட இறைநெறி காரணமாகவே சூரிய காயத்ரி கிடைத்தது. குறிப்பிட்ட பிரிவினரால் மட்டுமே இறையன்பை பெற முடியும் என்பது வசிஸ்டரின் வாதம். விசுவாமித்திரருக்கோ முயன்றால் எல்லோருக்கும் முடியும் என்பது வாதம். முயற்சி வெற்றியைத் தந்தது. அன்னையின் அருள் பெற்று அப்பனின்

(ஈஸ்வரனின்) அருளுக்குப் பாத்திரமானார் என்கிறார் அறிஞர் ஒருவர்.

சாதி வேறுபாடின்றி யாவரும் கடும் முயற்சி செய்தால் எதையும் சமாளிக்க, சாதிக்க முடியும் என்பதற்கு மேற்கூறிய நிகழ்ச்சியினை சான்றாகக் கொள்ளலாம்.

சித்தர்களுக்கும், சமயாச்சாரியர்களுக்கும் உள்ள வேறுபாடு சமயத்திலோ, பக்தியிலோ இல்லை. இறைவனை அணுகும் முறையிலும், பக்தியை வெளிப்படுத்தும் விதத்திலும் தான் உள்ளன. சமுதாயத்திலும், சமய நெறியிலும் கண்ட தீமைகளையும், குறைகளையும் அஞ்சாமல் எடுத்துரைத்தனர். சித்தர்கள் தம் அறக் கருத்துக்களின் மூலமாகச் சமூகத்தை நெறிப்படுத்தினர். மேலும், சமுதாயத்தில் பொய், சூது போன்ற தீய செயல்களையும் வன்மையாகக் கண்டித்தனர்.

"கஞ்சாப் புகை பிடியாதே வெறி

காட்டி மயங்கிய கட் குடியாதே!

அஞ்ச உயிர் மடியாதே பக்தி

என்ற விஞ்ஞானத்தின் நூல் படியாதே"

என்கிறார் கடுவெளிச்சித்தர்.

சித்தர்கள் எதற்கும் அஞ்சாமல் தமது உள்ளத்தில் பட்ட கருத்துக்களைத் துணிந்து எடுத்துரைத்தனர். எளிய சொற்களில் தெளிந்த கருத்துக்களைக் கூறினர். சித்தர்களின் நெறி எக்காலத்திற்கும் பொருந்தக் கூடியதாகவே உள்ளது. சித்தர்கள் காட்டிய நெறியினை மக்கள் பின்பற்றி வாழ்ந்தால் சாதி சமய பேதங்களைச் சமுதாயத்திலிருந்து விரைவில் முழுவதுமாக இல்லாமல் செய்துவிடலாம்.

சித்தர் நோக்கில் மனிதன்

பிறவிகளிலேயே மிகவும் உயர்ந்த பிறவி மானிடப்பிறவி. "அரிதரிது மானிடராய்ப் பிறத்தல் அரிது" என்பது ஒளவையின் வாக்கு. விலங்குகளிடமிருந்து மனிதனைப் பிரித்துக் காட்டுவது பகுத்தறிவு. மனிதருக்குள்ளே உள்ள ஆத்மா நிலையானது. பக்குவப்பட்ட ஆத்மாவின் முயற்சியால் இறைவனை நமக்குள்ளேயே பார்க்க முடியும் என்கின்றனர் சித்தர்கள்.

சித்தர்கள் மனிதர்களிடத்தில் விளங்கும் முழு மனிதனையும், மனிதரிடம் நிறைந்துள்ள தெய்வீகத் தன்மையையும், தெய்வத்தையும் நன்கு விளக்கிக் காட்டுகின்றனர்.

விலங்குகளை விட உயர்ந்த ஜீவனாக மனிதன் பரிணமித்தான். ஆனால் தற்போது விலங்குகளைவிடத் தாழ்ந்துவிட்டான் என்று ஒருவர் கூறியுள்ளதை மற்றொரு அறிஞர் தம் நூலில் எடுத்துரைத்துள்ளார். இன்றைய சமுதாயத்தில் பல கொடிய சம்பவங்களும், தீய பழக்க வழக்கங்களும் பெருகி விட்டன.

சித்தர்கள் மனிதர்களிடையே மண்டிக் கிடக்கும் தீய பழக்கங்களைக் கண்டிக்கின்றனர்.

"கூடிய பொய்களைச் சொல்லாதே பொல்லாக்

கொலை களவுகள் செய்யாதே"

என்கிறார் கொங்கணச் சித்தர்.

சமுதாயத்தில் மண்டிக் கிடக்கும் தீய செயல்கட்கெல்லாம் முக்கியக் காரணமாகத் தெய்வ நம்பிக்கை குறைவும் இளமை, யாக்கை, செல்வம் இவற்றால் அடையக்கூடிய சுகம் நிலையானவை என்ற எண்ணங்களுமே ஆகும்.

மனித வாழ்க்கையில் பல்வேறு துயரங்களும் வேறுபாடுகளும் நிறைந்துள்ளன. பிறவித் துன்பத்திலிருந்து

விடுபட்டு இறைவனை அடைவதே மனிதப் பிறவியின் முக்கிய மற்றும் முதன்மையான இலட்சியமாகும். இதற்கு முதலில் 'நாம் நம்மை அறிய' வேண்டும். தன்னை உணர்ந்து கொண்டால் நம்மைப் படைத்த இறைவனையும் நமக்குள்ளேயே உணர முடியும்.

"பல்லாயிரம் கோடி பிறவிகளில் இந்த ஜீவாத்மா வினையாலும், விதியாலும் உதைபட்டு, உழன்று, திரிந்து பிறவி தோறும் மெல்ல மெல்ல மனம் நைந்து உருகி, அழுது, தொழுது அனுபவங்களால் ஞானம் பெற்று ஜீவாத்மா முதலில் தன்னை அறிந்த பின், பரமாத்மாவின் திருவடியைச் சேர ஏங்கித் தவித்துத் தடுமாறிய காலிற்கு முழு மோன நிலைக் கிட்டிவிடும்" என்கிறார் ஒரு அறிஞர்.

"இறைவன் படைப்பில் அனைத்து உயிரினங்களும் சமமே. இறைவன் அனைத்து உயிரினங்களிடமும் நீக்கமற நிறைந்துள்ளான்.

இந்து மதத்தின் தியான முறையை முதன் முதலில் உலகிலேகடைபிடித்துதமதுதந்தையாகிய ஞானப்பிதாவுடன் தொடர்பு கொண்டு பேசியவர் இயேசுபிரான்" என்று ஒரு அன்பர் தனது கருத்தைத் தெரிவிக்கிறார்.

மனிதனுக்குள்ளே மங்கிக் கிடக்கும் ஆத்ம சக்தியானது சித்தர்களிடம் பொங்கி வழிகின்றது. மனிதனும் தெய்வ நிலையை அடைய வேண்டும். இதற்கு உண்மையான அன்பும், பயிற்சியும், முயற்சியும், குருவருளும் வேண்டும் என்கின்றனர் சித்தர்கள்.

பொன், மண், பெண் மீது பற்றும் மோகமும் கொண்டு வீணாக மக்கள் தமது வாழ்நாளை சுருக்குகின்றனர். இவையெல்லாம் ஒரு எல்லை வரை தான் இருக்க வேண்டும். இவை எல்லை மீறும் போது தான் மனிதனின் மகத்தான சக்திகள் வீணாக்கப்பட்டு துயரங்களும் விளைகின்றன. இவற்றைச் சித்தர்கள் கண்டிக்கின்றனர்.

> **"பொன்னாசை மண்ணாசை ஓங்குழலாராசை யெனச்**
>
> **சொன்னாசை யென்றறிந்து சோராதே"**

என்கிறார் பட்டினத்தார்.

அகத்தியர் மனிதன் வாழ வேண்டிய நெறி முறைகளைத் தமது பாடல் ஒன்றில் குறிப்பிடுகிறார்.

> **"சத்தியமே வேணும்டா மனிதனானால்**
>
> **சண்டாளஞ் செய்யாதே தவறிடாதே**
>
> **நித்திய கர்மம் விடாதே நேமம் விட்டு**
>
> **நிட்டையுடன் சமாதி விட்டு நிலை பேராதே**
>
> **புத்தி கெட்டுத் திரியாதே பொய் சொல்லாதே**
>
> **புண்ணியத்தை மறவாதே பூசல் கொண்டு**
>
> **கத்தியதோர் சள்ளிட்டும் தர்க்கியாதே**
>
> **கர்மியென்று நடவாதே கதிர்தான் முற்றே."**

என்கிறார்.

தன்னம்பிகையுடனும் தெய்வ நம்பிக்கையுடனும் மனிதன் தன் உண்மையான சக்தியையும், திறமைகளையும் அறிந்து கொண்டு செயல்பட்டால் எடுத்த செயல் யாவற்றிலும் வெற்றி நிச்சயம் கிட்டும். விஞ்ஞானமும், மெய்ஞ்ஞானமும் இணைந்த ஈடு இணையற்ற எழுச்சி மிக்க உலகினைப் படைக்க சித்தர்கள் வழிகாட்டிக் கொடுத்துள்ளனர் என்பதைச் சித்தர்கள் பாடல்களிலிருந்து அறிய முடிகின்றது.

மேற்கண்டவற்றிலிருந்து, சித்தர்கள் புரட்சிகரமான மனப்பாங்குடையவர்கள் என்பதும் "ஒன்றே பரம்பொருள்" என்ற உறுதியான கொள்கைப் பிடிப்பு உடையவர்கள் என்பதும் அறிய முடிகின்றது.

மனிதனுக்குள்ளேயே "அதி அற்புதமான சக்தி" உள்ளது. அதனை உணர்ந்து கொண்டு சரியான பயிற்சியும் முயற்சியும் செய்தால் 'மனிதனும் தெய்வமாகலாம்' என்ற நிலையை அடையலாம். அதற்கான நெறிமுறைகளையும் வகுத்து தந்துள்ளனர் சித்தர்கள்.

கள், பொய், சூது, பெண்ணாசை, மண்ணாசை, பொன்னாசை போன்றவற்றை மனிதன் விட்டு விட வேண்டும் என்கின்றனர்.

சித்தர்கள், சாதி, சமய வேறுபாடுகளை வெறுத்து மனிதனுக்குள்ளே உறைந்து நிற்கின்ற இறைவனை அறிந்து உணர்ந்தவர்கள். மனிதர்களும் அவ்வாறே உயர்ந்த இலட்சிய நிலையை அடைய வேண்டும் என்று விரும்புகின்றனர், உருவ வழிபாட்டை எதிர்க்கின்றனர்.

சைவ சமயத்தினையும், சைவ சித்தாந்தத்தையும் அடித்தளமாகக் கொண்டு காலத்திற்கேற்ப எக்காலத்திற்கும் பொருந்தக் கூடிய மனிதனை மனிதனாக மதிக்கும் அவனை தெய்வ நிலைக்கு உயர்த்தும் புதிய புரட்சிகரமான கருத்து ஒற்றுமை அனைவரது பாடல்களிலும் காணப்படுகின்றது. புதிய சித்தாந்தத்தையும் கண்டறிந்தனர்.

பல நூறு ஆண்டுகளாகக் கடல், மலை, காடுகளில் அலைந்து திரிந்து, தாம் நினைத்த நேரத்திலேயே இறைவனுடன் ஜோதிமயமாய் ஐக்கியமாகி விடும் சித்தர்களின் கருத்துக்களை மக்கள் வாழ்வில் கடைபிடித்தால் முழுவதுமாகச் சாதி, சமய பேதமற்ற சமுதாயத்தை விரைவில் படைக்க முடியும். இதற்கு மக்களின் 'மனமாற்றம்' மிகவும் அவசியமாகும். மேலும், மக்கள் தமது மன வலிமையின்மையையும், அதிக அளவுக்கு மீறிய ஆசைகளையும் குறைத்துக் கொள்ள வேண்டும்.

5. சித்தர்கள் கண்ட மருத்துவம்

மனிதன் பகுத்தறிவும், ஆத்ம ஞானமும் சக்தியும் வல்லமையும் உள்ளவன். உடலிலும், உள்ளத்திலும் ஒருவனுக்குப் பிணி ஏற்பட்டுவிட்டால் அவனால் ஒரு நல்ல காரியத்தையும் சரியாகச் செய்யமுடியாது. "நோயற்ற வாழ்வே குறைவற்ற செல்வம்" என்று பெரியோர் கூறுவர். "தர்மத்தை மக்கள் காத்தால் அது மக்களைக் காக்கும்" என்பர் சான்றோர். அதைப் போல மனிதர் தமது ஆரோக்கியத்தினை முறைப்படிக் காப்பாற்றினால் தான் அது மக்களை நோயினின்று காப்பாற்றும். அறிவின் துணை கொண்டு நீண்ட ஆயுளுடன், ஆரோக்கியத்துடன் மக்கள் வாழ்வதற்கான வழிவகைகளைச் சித்தர்கள் தமது நூல்களில் எடுத்துரைத்துள்ளனர். சித்தர்கள் கூறிய மருத்துவமுறைகள் கடலைப் போன்றது. இப்பெருங்கடலிருந்து ஒரு சிறு துளி இங்கே விளக்கப் பட்டுள்ளது.

சித்த மருத்துவமும் மருத்துவர்களும்

இறைவனால் படைக்கப்பட்ட இவ்வுடலைக் கெடாமல் காக்கவும் குறை உண்டானால் அவற்றைப் போக்கவும் பண்டையச் சித்தர்களால் படைக்கப் பெற்ற வைத்திய முறையே சித்த மருத்துவமாகும். சித்தர்களால் செய்யப்பட்டதாலும், உடலையும் உயிரையும் அழியாமல் காத்துச் சித்தி பெறச் செய்கின்ற மருத்துவமாதலாலும், 'சித்த மருத்துவம்' என்ற பெயர் பெற்றதெனலாம்.

"உடம்பால் அழியின் உயிரால் அழிவர்

திடம்பட மெய்ஞானம் சேரவும் மாட்டார்

உடம்பை வளர்க்கும் உபாயம் அறிந்தே

உடம்பை வளர்த்தேன் உயிர் வளர்த்தேனே"

என்கிறார் திருமூலர்.

மருத்துவம் என்ற சொல்லுக்கு வைத்தியம், மருந்து, பரிகாரம் என்ற பொருளைத் தருகிறது "தமிழ்ப் பேரகராதி". 'பண்டிதன் பரிகாரி நல்வைத்தியனெனப் பேர் கொண்டவன் பரனாம்' என்ற பாடல் வரிகளுக்கு இணங்க பலகலைகளிலும் (மருந்து, சுத்தி, மருந்து செய்தல், மருந்து குணம், நோயாளியின் தன்மை, மருந்து கொடுக்கும் அளவு, கால அளவு, வானியல், சோதிடம்) பாண்டித்யம் பெற்றவன் 'பண்டிதன்' என்றும், நோய்களைப் பரிகரிப்பதனால் 'பரிகாரி' என்றும், தன் வித்தையின் இயல்பால் மருந்துகளைக் கொடுத்து நோய்களை நிவர்த்திப்பதனால் 'வைத்தியன்' என்றும், உடற்கு நலத்தைச் செய்யும் காரியத்தைப் புரிபவன் என்பதால் 'அகதங்காரன்' என்றும், இறைவனுக்கு ஒப்பான நிலையில் மருத்துவன் விளங்குபவன் என்பதால் 'பரன்' என்றும் குறிப்பிடப்படுகின்றான் என்று ஒரு அறிஞர் தம் நூலில் எடுத்துரைக்கின்றார்.

'உணவே மருந்து, மருந்தே உணவு' என்பதே சித்தர்களின் கொள்கையாகும். சித்த மருத்துவத்தில் மருந்துகள் 'வேரிலிருந்து' தயாரிக்கப்படுகின்றன. பச்சிலை மூலிகைகள், தாவர இனங்கள், பால், நெய், எண்ணெய் போன்றவை மருந்து தயாரிக்கும் அடிப்படைப் பொருட்களாக விளங்குகின்றன.

மனிதன் தன்னைத்தானறிந்து, இறைவனுடன் இணைவதற்கு அவன் எடுத்துள்ள உடலும், ஆன்மாவும் மிக இன்றியமையாதது. இதனையறிந்த சித்தர்கள் உடலையும்,

உள்ளத்தையும் பாதிக்கும் பிணிகளை அறிந்து அவற்றை நீக்கும் மருந்துகளையும் ஆராய்ந்து கண்டறிந்தனர்.

காடுகள் மற்றும் மலைகளில் அமர்ந்து தவம் செய்த சித்தர்கள் ஓரிடத்திலேயே நிலையாகத் தங்குவது இல்லை. தாம் நினைத்த மாத்திரத்தில் நினைத்த இடத்திற்குச் செல்வார்கள். அங்கே கிடைக்கும் மூலிகைகளை ஆராய்ந்து சித்தர்கள் மருந்துகளைத் தயாரித்து மக்களுக்குப் பயன்படும் வகையில் ஓலைச் சுவடிகளில் குறித்து விட்டுச் சென்றுள்ளனர்.

தஞ்சை தமிழ்ப் பல்கலைக்கழகத்திலும், சரஸ்வதி மகாலிலும் பல மருத்துவச் சுவடிகள் இருப்பதாக அறிஞர்கள் கூறுகின்றனர். மருத்துவத் துறையில் இன்றும் பல ஆய்வாளர்கள் தொடர்ந்து ஆராய்ச்சிகளை மேற்கொண்டு வருகின்றனர்.

சித்த வைத்தியம் குறித்த நூல்களைத் தோற்றுவித்ததில் அகத்தியரின் பங்கு அளவிடற்கரியதாகும். சித்த மருத்துவத்தால் தீர்க்க இயலாத நோய்கள் எவையும் இல்லை. நாள்பட்ட நோய்களும் கூட சித்த மருத்துவத்தில் குணமாகின்றன. மேலும் அகஸ்தியர் வைத்திய கொம்மி, வைத்திய ரத்னாகரம், வைத்தியக் கண்ணாடி, வைத்தியம் 1500, வைத்தியம் 4600, செந்தூரம் 300, மணி 400, வைத்திய சிந்தாமணி, கர்ப்பசூத்திரம், ஆயுள் வேத பாஷ்யம், வைத்திய நூல்கள் பெருந்திரட்டு, பஸ்பம் 200, நாடி சாஸ்திரம் போன்ற நூல்களையும் எழுதியுள்ளார்.

'அகஸ்தியர் ஐந்து சாஸ்திரங்கள்' என்னும் நூலில் கிரிகை நூல் அறுபத்து நான்கு என்னும் பகுதியில் பதினெட்டு வகையான மனநோய் குறித்தும், அவற்றிற்கான மருத்துவ முறைகள் குறித்தும் தெளிவாக விளக்கப்பட்டுள்ளது.

மேலும் இவர் பெயரில் வெளியாகியுள்ள 'சமரசநிலை ஞானம்' என்னும் நூலில் உடலில் உள்ள முக்கியமான நரம்பு முடிச்சுகள் பற்றிய விளக்கமும், 'அஷ்டமா சித்து' என்னும் நூலில் குழந்தை தோஷங்கள் பற்றிய விளக்கமும் கூறப்பட்டுள்ளது.

'அகஸ்தியர் ஞானம்' என்னும் நான்கு தொகுப்புப் பாடல்கள், சித்தர் பாடல் திரட்டில் இடம் பெற்றுள்ளன. 'அகத்தியம்' என்ற ஐந்திலக்கண நூலும், 'அகத்திய சம்ஹிதை' என்ற வடமொழி வைத்திய நூலும் அகத்தியரால் இயற்றப்பட்டவை என்று கூறுவர்.

அகத்தியரோடு சித்த மருத்துவத்துறையில் நந்திதேவர், காலங்கிநாதர், திருமூலர், தன்வந்திரி, கோரக்கர், போகர் ஆகியவர்கள் குறிப்பிடத்தக்கவர். இவர்கள் கண்டுபிடித்த மூலிகைகளைக் கொண்டு செய்த மருந்துகளைப் பிரத்யட்சமாக நோயாளிக்கும் கொடுத்து அடைந்த அனுபவங்களை நேரில் காணமுடியும். வில்லியம் ஹண்டர், டாக்டர் ஜெனிட்ஸ் முதலிய மேனாட்டறிஞர்கள் இந்திய மருத்துவத்தின் சிறப்பை ஆதரித்துப் போற்றுகின்றனர் என்று ஒரு அறிஞர் தம் நூலில் எடுத்துரைக்கின்றார்.

அகத்தியர், திருமூலர், காலங்கி நாதர், கொங்கணர், தேரையர், தன்வந்திரி, ரோமரிஷி போன்ற பல சித்தர்கள் பொதிகை மலையில் வாழ்ந்து தவமியற்றி மூலிகைகளை ஆராய்ந்ததாக மக்கள் நம்புகின்றனர். ஒரு சில இலக்கியச் சான்றுகளும் கிட்டுகின்றன.

"தன்வந்திரி தென் பொதிகை சென்று அகத்தியரைக் கண்டு சூட்சமமெல்லாமறிந்தார்" என்று ஒரு அறிஞர் தம் நூலில் கூறுகின்றார்.

இதிலிருந்து பொதிகை மலையில் ஆதி குருவாக அமர்ந்திருந்து மருத்துவம், ஜோதிடம், இலக்கணம் முதலிய பல துறைகளிலும் வல்லவராக விளங்கிய

அகத்தியரிடமிருந்து மருத்துவ முறைகளைத் 'தன்வந்திரி' என்ற சித்தர் அறிந்து கொண்டார் என்று கருத இடமிருக்கிறது.

"போகரின் குருவாகிய காலங்கி சீன தேசத்திற்குக் குளிகையை பயன்படுத்திச் சென்றவர். அங்குச் சமாதியில் நெடுங்காலமிருந்தார். சீன மக்களுக்கு மருந்துவம் முதலியன கற்றுக் கொடுத்தவர்" என்று ஒரு அறிஞர் குறிப்பிட்டுள்ளார். இதிலிருந்து காலங்கி நாதரும், போகரும் மருத்துவத்தில் சிறந்து விளங்கிய சித்தர்களாக மட்டும் விளங்காமல் அவற்றை பிற தேசத்து மக்களுக்கும் பயன்படும் வகையில் செய்துள்ளனர் என்பதையும் அறிய முடிகின்றது. அகத்தியரிடம் சீடர்களாக இருந்த அனைவருமே வைத்தியத்தில் சிறந்த நிபுணர்களாகத் தான் இருந்திருக்க வேண்டும் என்று கருத இடமிருக்கிறது.

நோய் தீர்க்கும் வழிகள்

சித்தர்களின் மருத்துவ முறை இவர்களைப் போன்றே விந்தையானது. இயற்கை மருத்துவத்தைப் பெரிதும் ஆதரிப்பவர்கள் சித்தர்கள். சித்த மருத்துவத்தில் மணி, மந்திரம், மருந்து என்ற மூன்றும் பயன்படுத்தப்படுகின்றது.

"மருந்தறியேன் மணியறியேன்

மந்திர மொன்றறியேன்"

என்கிறார் வள்ளலார்.

நாடித்துடிப்பைக் கணக்கிட்டு மருத்துவம் செய்பவர்கள் சித்தர்கள். மனித உடலில் பித்தம், கபம், வாதம் என்று மூன்று நாடிகள் உண்டு. இன்ன இன்ன மாதங்களில் தான் நாடி பார்க்க வேண்டும் என்று சித்தர்கள் கணக்கிட்டு நிர்ணயித்துள்ளனர்.

"சித்திரை வைகாசிக்குச் செழுந்ததிருதயந் தென்னில்

அத்தமா மானியாடியைப் பசி கார்த்திகைக்கு

மத்தியானத்திற் பார்க்க மார்கழி தையுமாகி மாசி

வித்தகன் கதிரோன் மேற்கில் விழுகின்ற நேரந்தானே"

"தானது பங்குனிக்குத் தனது நல்லாவணிக்கும்

மானமாம் புரட்டாசிக்கு மற்றை ராத்திரியிற்பார்க்கத்

தேனென்று மூன்று நாடித் தெளிவாகக் காணுமென்றே

கானமா முனிவர் சொன்ன கருத்தே நீ கண்டு பாரே"

'பதினெண் சித்தர்கள் நாடி சாஸ்திரம்' என்னும் நூலில் காணப்படும் இப்பாடல்கள் மூலம், சித்திரை, வைகாசி மாதங்களில் விடியற்காலையிலும், ஆனி, ஆடி, ஐப்பசி, கார்த்திகை மாதங்களில் மதியத்திலும், மார்கழி, தை, மாசி மாதங்களில் மாலையிலும், பங்குனி, ஆவணி, புரட்டாசி மாதங்களில் இரவிலும் நாடி பார்த்தறிய வேண்டும் என்பது விளங்கும். இந்நூலில் 18 சித்தர்களும் நாடி பற்றிக் கூறிய கருத்துக்கள் உள்ளன என்று ஒரு அறிஞர் தம் நூலில் கூறுகின்றார்.

சித்த மருத்துவத்திற்கு வேறு எந்த மருத்துவ முறைக்குமில்லாத தனிச் சிறப்பாக நாடி பார்த்தல் உள்ளது. அந்த நாடியினைக் குறித்த காலத்தில் அறிவதையே "மணி" என்று குறித்தனர் சித்தர்கள்.

"நோய்நாடி நோய் முதல்நாடி அதுதணிக்கும்

வாய்நாடி வாய்ப்பச் செயல்"

என்று கூறுகிறார் வள்ளுவர்.

வள்ளுவரின் வாக்கிற்கேற்ப செயல்பட்டு மருத்துவம் செய்தவர்கள் சித்தர்கள். நம்முடலில் பஞ்ச பூதங்கள் உள்ளன. இவை ஐந்தில் வளி, தீ, நீர் இவை மூன்றும் முறையே வாதம், பித்தம், சிலேத்துமம் எனக் குறிக்கப்படும். "அண்டத்தில் உள்ளதே பிண்டம், பிண்டத்தில் உள்ளதே அண்டம்" என்பர் சித்தர்கள். இவை மூன்றும் தன்னிலையில் மிகாமலும்

குறையாமலும் இருக்கின்ற வரையில் உடல் நிலையில் மாறுதல் தோன்றாது. அண்டமாகிய உலகில் அவை மிகினும், குறையினும் கெடுதல் நேர்தல் போல பிண்டமாகிய உடலிலும் அவை நிலை தவறினால் கேடு விளையும்" என்று ஒரு அறிஞர் கூறுகின்றார். இக்கருத்தினை விளக்கும் வகையில்

"மிகினும் குறையினும் நோய்செய்யும் நூலோர் வளிமுதலாகிய எண்ணிய மூன்று"

என்று வள்ளுவர் கூறும் குறள் அமைகின்றது.

நோய்களை உண்டாக்குவன நோய்க் கிருமிகள். அவை மனித உடலினுள் அண்டாமலிருக்குமாறு தடுக்க வேண்டும். சத்தான உணவுப் பொருட்களை உண்ண வேண்டும், பசியறிந்து உண்ண வேண்டும் என்று பெரியோர் கூறிய கருத்துக்களின்படி வாழ்ந்து மக்கள் செயற்பட வேண்டும்.

மனித உடல் ஸ்தூல உடல், சூட்சும உடல், காரண உடல் என்று மூன்று நிலையில் உள்ளது. இந்த மூன்று நிலையிலும் ஏற்படும் பிணிகளை நீக்குவதற்குச் சித்தர்கள் வழிகளைக் கூறுகின்றனர். இதனை விளக்கும் வகையில்,

"ஸ்தூல உடல்" என்பது ஏழு தாதுக்களால் ஏற்பட்டதாகும். ஜீரம், நீர்க்கோர்வை, வலி, கடுப்பு, சிரங்கு, அடி, குத்து, வெட்டுக் காயம், வெப்ப தட்ப மாறுதலினால் ஏற்படும் கேடு, பசி தாகம் ஆகிய உடற் பிணிகள் காணும் இதற்குத் தாவர சரக்குகளான சூரண, மாத்திரை, லேகியம், தைலம், குடிநீர், கருக்கு, மணப்பாகு முதலியவற்றால் நீரின் துணை கொண்டு உடலில் கலக்கச் செய்து பிணிகளை நீக்க வேண்டும்.

"சூட்சும உடல்" என்பது தசவாயு, தச நாடியிலான, சராசர தத்துவ நிலையிலுள்ளதாகும். இதற்கு ஜன்னி, சயம், குஷ்டம், நீரிழிவு, வாதம், குன்மம் ஆகிய உயிர்ப்பிணிகள் காணும்.

இதற்கு இரச, பாஷாண, உலோகங்களினாலான பற்பம், செந்தூரம், சுண்ணம் முதலியவற்றால் தேயு (அக்னி) வின் துணை கொண்டு வாயு நாடிகளை சம்பந்தப்படுத்தி பெருநாடி நரம்பு மூலம் உடலில் பரப்பி பிணிகளை நீக்க வேண்டும்.

"காரண உடல்" என்பது பஞ்ச பூதங்களாலான அண்ட தத்துவ நிலையிலுள்ளதாகும். இதற்கு நரை, திரை, மூப்பு, பயம், சாக்காடு ஆகிய பிறவி நோய்கள் காணும். இதற்கு சித்துவின் தன்மையிலான இரச கல்பம், மூலிகைக் கல்பம் முதலியவற்றால் நரைதிரை மூப்பை நீக்கியும், ஆசனத்தினால் பிராண வாயுவின் துணை கொண்டு பயம், சாக்காடு இவைகளை வெல்ல வேண்டும் என்று அறிஞர் கூறுகின்றார்.

மந்திர முறை

சித்தர்கள் நோய்களைத் தீர்ப்பதற்கு மந்திரத்தை உச்சரித்துள்ளனர். பெரும்பாலும் குழந்தைகட்கு வரும் நோய் முதலியவற்றைத் தீர்க்க மந்திர முறையை சித்தர்கள் பயன்படுத்தினர் என்றும் கூறுவர். "அகஸ்தியர் அட்டமா சித்து" என்றும் நூலில் குழந்தைகட்கு ஏற்படும் தோஷங்களைப் பற்றியக் குறிப்புகள் காணப்படுகின்றன.

இதிலிருந்து தோஷங்களால் மக்களுக்குப் பிணிகள் ஏற்படும் என்பதையும் இவற்றை நீக்கச் சித்தர்கள் மந்திரங்களைப் பயன்படுத்தி மக்களைக் காத்துள்ளனர் என்பதையும் அறிய முடிகிறது.

"மனனம் செய்தால் எது காப்பாற்றுகிறதோ அதுவே மந்திரம்"

'மனனாத் த்ராயதே இதி மந்த்ர'

என்பது காஞ்சி மாமுனிவரின் மந்திரத்துக்கான விளக்கம் என்று ஒரு அறிஞர் தம் நூலில் குறிப்பிடுகின்றார்.

சித்தர்கள், பூசை சடங்குகள் என்ற புற வழிபாட்டு முறைகளில் நம்பிக்கை இல்லாதவர்களாயினும் சில மந்திரங்களைத் தொடர்ந்து ஒலிப்பதன் மூலமாகத் தெய்வ சக்திகளைப் பெற்று சிறப்படையலாம் என்ற கருத்தில் அசைக்க முடியாத நம்பிக்கை வைத்திருந்தனர். நோய்க்குத் தகுந்தவாறு பருவ காலமறிந்து மருந்து தந்தனர். இதனால் சித்தர்கள் சோதிடமும் அறிந்திருந்தனர் என்று கூறலாம்.

மந்திரம் என்ற சொல் மனதின் திறம் (திரம்) எனப் பொருள்படும். மந்-திரம், மந்-மனது, திரம்-உறுதி. மனதை உறுதியாக்கிக் கொள்ளும் முறையே மந்திரம் ஆகும் என்று ஒரு அறிஞர் விளக்குகின்றார்.

தொல்காப்பியரும், வள்ளுவரும் 'மறைமொழி' என்று மந்திரத்தைக் குறிப்பிட்டுள்ளனர்.

> **"நிறைமொழி மாந்தர் ஆணையிற் கிளந்த**
>
> **மறைமொழி தானே மந்திரம் என்ப"**

என்கிறார் தொல்காப்பியர்.

> **"நிறைமொழி மாந்தர் பெருமை நிலத்து**
>
> **மறைமொழி காட்டி விடும்"**

என்கிறார் வள்ளுவர்.

மந்திரத்தின் சிறப்புக் கருதியே திருமூலரும் தம் நூலிற்குத் 'திரு மந்திரம்' என்று பெயரிட்டிருக்கலாம் என்று கருத இடமுள்ளது.

நல்ல குருவின் துணை கொண்டு மக்கள் மந்திர உபதேசம் பெற வேண்டும் என்பார்கள் சித்தர்கள். சித்தர்கள் 'அசபா' என்ற மந்திரத்தை பெரும்பாலும் உச்சரிக்கின்றனர். 'அசபா மந்திரம்' என்பது உச்சரிப்பைக் கடந்த மோன நிலை. அசபை என்றால் ஜெயிக்க முடியாதது என்றும், செபிக்கப் படாதது என்றும் பொருள்படும். மந்திரங்களில் தானாகவே

இயங்குவதான மூச்சுக் காற்றின் இயக்கத்தை 'ஸோ' என உள்ளுக்கு இழுத்து 'ஹம்' என்று வெளிவிடுக என்று விளக்கப் பெறுவதே அசபா மந்திரம் என்று ஒரு அன்பர் தம் கருத்தைக் கூறுகின்றார்.

ஞானமானது நமது உடம்பிற்குள் ஏற்கனவே மறைந்து கிடக்கின்றது. அது ஒரு நீறு பூத்த நெருப்பாக இருக்கின்றது. அதைத் தூண்டி விடுபவர் குரு. குருவானவர் பக்குவப்பட்ட மாந்தர்க்குத் தனது கையினால் சீடரின் தலையைத் தொட்டு அவனது உடலினுள் அதிர்வு எழும்படிச் செய்கிறார். அப்போது சீடருக்கு ஞானக் கல்வி கிட்டுகின்றது.

"குண்டலியதனில் கூடிய அசபை
விண்டெழு மந்திரம் வெளிப்பட உரைத்து"

என்று ஒளவையார் தமது விநாயகர் அகவலில் அசபா மந்திரம் பற்றிக் கூறுகின்றார். இதுதான் அசபா மந்திர பயிற்சி முறையாகும். நரேந்திரர் என்பவர் இராமகிருஷ்ண பரம்ஹம்சரை நேரிலே சந்தித்தபோது, குருநாதர் சீடரைத் தொட்டு தீட்சை தந்ததால் தான் 'விவேகானந்தர்' என்ற ஞானியாக மாறினார் என்பது பலருக்கும் தெரிந்த செய்தியாகும்.

சித்தர்கள் காடு மலைகளில் அலைந்து திரிந்து தவம் புரியும் போது பல கொடிய விலங்குகளாலும், பிராணிகளாலும் ஆபத்து ஏற்படாமல் தப்பித்துக் கொள்ள மந்திரங்களை உச்சரித்துத் தம்மைக் காத்துக் கொண்டனர் என்று கருத இடமிருக்கின்றது.

'புலிப்பாணி வைத்தியம் 500' என்னும் நூலுள் ஏவல், பேய். பில்லி முதலியன நீங்க மந்திரமும், மருத்துவமும் கூறப்பட்டுள்ளன. பில்லி அகலவும், பயித்தியம் தீரவும் புலிப்பாணி சித்தர் கூறிய செய்திகளை ஒரு அறிஞர் தம் நூலில் எடுத்துரைத்துள்ளார்.

பில்லி அகல:

"பாடினேன் மேனிடுவார் முட்டையோடு

பாங்கான கழுதையுட தண்டுங் கூட்டி

நாடினேன் கரிசாலை தனில் சுருட்டி நற்கழுதை

நெய்யா தல்வேப் பெண்ணையாதல்

கூடினேன் சிரசோடு கிளிஞ்சியாதல் குணமாக

தீபமிட்டுப் பார்க்கும் போது

ஓடினேன் என்று சொல்லி கணங்கள் யாவும்

உத்தமனே பில்லி வஞ்சனையும் போமே"

என்கிறார்.

பயித்தியம் தீர:

"தானென்ற சிறுகீரை வேரைத் தானும்

தானரைத்து எலுமிச்சங்காய் தான் வீதம்

வானென்ற மூன்று நாள் ஆறு வேளை

வளமாக வெந்நீரில் கொடுத்துப்பாரு

கோனென்ற ஆறுநாள் உப்பாகாது

கொற்றவனே ஏழாநாள் எல்லாமாகும்

ஊனென்ற பயித்தியந்தான் தீர்ந்து போகும்

போகருட கடாட்சம் உண்மைதானே"

என்கிறார்.

முறைப்படி காப்பு கட்டி பூசை செய்து மந்திரம் சொல்லி எடுக்கப்படுகின்ற மூலிகைகளுக்கே சக்தி உண்டென்றும் சித்தர்கள் கூறியுள்ளனர். மந்திரக் கலையைச் சிவன் பொதிகை மலையில் இருக்கும் அகத்திய மாமுனிவர்க்கு முதலில் உபதேசித்ததாகவும், பிறகு முருகப்பெருமானுக்கு

உபதேசம் செய்ததாகவும், அதன் பின்னரே அகத்தியர் வாயிலாக ஏனைய சித்தர்களுக்கு உணர்த்தப்பட்டது என்று சித்தர் பாடல்கள் கூறுவதாக ஒரு அறிஞர் தம் நூலில் குறிப்பிடுகின்றார்.

"சுவாதி நட்சத்திரத்தன்று கோழியினைப் பலிகொடுத்து பூசை செய்து, 'அக்கினிரூபி, அத்தரூபி, அதிகச்சாவா வினிதாமா' என மந்திரம் ஓதி காஞ்செறி வேரைப் பறித்து வந்து பாலுடன் சேர்த்துக் கொதிக்க வைத்துச் சாப்பிட சகல வி012 நோய்களும் உடலில் உள்ள புண்களும் தீரும் என்று சித்தர்கள் கூறுவதாக ஒரு அறிஞர் தம் நூலில் கூறுகின்றார்.

சித்தர்கள் மந்திரக் கலையை நல்லொழுக்கமும் பிறருக்கு உதவும் மனப்பாங்குடையவர்கள் மட்டுமே கையாள வேண்டும் என்பதற்காக மிக மிக இரகசியமாக வைத்திருந்தனர். சித்தர்கள் மக்களின் துன்பங்களுக்கு வடிகால் தேடுவதற்காக மட்டுமே மந்திரக் கலையை பயன்படுத்தியுள்ளனர். அகத்தியர் மந்திரக் கலையின் உண்மை நிலையைக் கூறுவது பற்றி ஒரு அறிஞர் தம் நூலில் கூறியுள்ளார்,

"மெய்யான மாந்திரிகம் ஏதென்றால்

மேதினியாய் சித்தர் மொழி அனேகமுண்டு

வையகங்கள் தானறி மாந்திரிக

மதிப்புடனே கடவுள் பதந்தனை வணங்கி

....

கூறுவேன் சர்பாங்கம் பொய்யுமாமோ

குருபரனே கடவுள் பதம் பொய்யுமோமோ

வீறுறவே கடவுளில்லை யென்னலாமோ

வித்தகனே சகலகலை அறிதல் பொய்யோ

மீறவே மோகனங்கள் பொய்யுமாமோ

வேதாந்தப் புலத்தியனே எல்லாம் மெய்தான்.

தீறவே வசியமது பொய்யுமாமோ

தீர்க்கமுள்ள வாதமது மெய்யுமாமே

துய்யவே உச்சாடனம் பொய்யுமாமோ

துப்புரவாய் தேவதைகள் தானுமப்போ

வையகங்கள் தானறிய வருதல் பொய்யோ

மன்னவனே தேவர் செப்பும் வித்தை பொய்யோ

பையவே காலமது விட்டு நீங்கி

வித்தகனே பாயுவது பொய்யென்னாதே

நண்ணான கெசகரண வித்தையப்பா

நானிலத்தில் மெய்யாகும் பொய்யல்ல

பெண்ணான மாதருக்குக் குளிசங் கட்டல்

பேருலகில் பொய்யல்ல மெய்யேயாகும்.

தண்ணமுடன் நம்பினோர்க் கெல்லாம் மெய்யே

சத்தியமாய் நடந்தவற்கு எல்லாஞ் சித்தே

....

வெற்றியுண்டு மென் போகமிக வுண்டு

பாருலகில் நம்பினோற்கு மெய்யாய்க் காட்டும்

புத்தியுள்ள உந்தமகிரு லடியிருந்தால்

புகழுடனே கிட்டுமடா பதவிதானே

என்று ஒரு அறிஞர் கூறுகின்றார்.

சித்தர்கள் மந்திர ஆற்றலைக் கண்டறிந்து நல்ல செயல்கட்கு மட்டுமே பயன்படுத்தியுள்ளனர். அணுவின்

ஆற்றலை ஆக்க வேலைக்குப் பயன்படுத்துவதை விடவும் அதிக அளவிற்கு அழிவு வேலைக்கு வல்லரசுகள் பயன்படுத்துகின்றன. இதனால் அணுவின் ஆற்றலைக் கண்டறிந்த அறிவியலைக் குறை கூறுதல் பொருந்தாது. நல்லன செய்ய வேண்டும் என்ற நோக்கத்துடன் கண்டறிந்த மந்திரங்கள் பிற்காலத்தில் தீயவர்களின் கையில் சிக்கி தீயன செய்யவும் பயன்படுத்தப்பட்டு வருகின்றன. மந்திரம் கண்ட சித்தர்களைக் குறை கூறாமல் அவற்றை நல்ல செயல்கட்கு பயன்படுத்தினால் மனிதகுலம் அனைத்தும் பயன்பெற முடியும்.

"மனமது செம்மையானால் மந்திரம் செபிக்க வேண்டாம்"

என்ற அகத்தியரின் வாக்குப்படி மனம் செம்மைப் பட்டால் அனைத்தும் மக்களுக்கு வசமாகும்.

நடைமுறை பிரச்சனைகட்கு சித்தர் தரும் தீர்வுகள்

மக்கள்தொகைப் பெருக்கத்தினாலும், நகர்மயமாக்கப்பட்ட தன்மைகளாலும் இன்றைய மனித வாழ்வு இயந்திரமயமாகி வருகின்றது. ஓய்வு ஒழிச்சலின்றி மக்கள் அனைவரும் ஆண், பெண் வேறுபாடின்றி தமது வாழ்க்கைத் தரத்தை மேம்படுத்துவதற்காக உழைக்கின்றனர். நகர வாழ்க்கை பெரும்பாலும் நரக வாழ்க்கையாகி விட்டது. கிராமங்களைப் பெரும்பாலான மக்கள் கண்டு கொள்வதேயில்லை. இதனால் பல பிரச்சனைகள் ஏற்படுகின்றன என்பது தெரிந்தும் மக்களால் மாற இயலவில்லை. காலத்தின் கட்டாயம் இவ்வாறாகி விட்டது. இருப்பினும் நோயற்ற வாழ்வுடன் நீண்ட காலம் வாழ்வதற்குப் பண்டைய சித்தர்கள் பல எளிய நெறிமுறைகளைக் கூறியுள்ளனர்.

பிராணாயாமம்

மனிதனுக்குள்ளே ஒடிக் கொண்டிருக்கும் வாயு எனப்படும் வாசியை நெறிப்படுத்தினால் உள்ளம் நெறிப்படும். வாசியை நெறிப்படுத்தும் முறைக்கு 'பிராணாயாமம்' என்று சித்தர்கள் கூறுவர்.

"வாசியில் ஏறியபடி அகப்பேய்

வான்பொருள் தேடாயோ?

வாசியில் ஏறினாலும் அகப்பேய்

வாராதது வரும் சொன்னேனே"

என்று அகப்பேய்ச் சித்தர் கூறுகிறார்.

"வாயு வழக்கம் அறிந்து செறிந்தடங்கில்

ஆயுள் பெருக்கம் உண்டாம்"

என்று அவ்வையார் என்ற சித்தர் கூறுவதிலிருந்து முறைப்படி பிராணாயாமம் செய்தால் நீண்ட ஆயுள் கிட்டும் என்ற கருத்தை அறிய முடிகின்றது.

நமது உடலினுள் இடகலை, பிங்கலை, சுழுமுனை என்ற மூன்று நாடிகள் உள்ளன. இடகலையைச் சந்திர கலை என்றும், பிங்கலையைச் சூரிய கலை என்றும் கூறுவர்.

பிராணாயாமத்தில் மூன்று நிலைகள் உள்ளன. அவை பூரகம், கும்பகம், ரேசகம் என்பன. மூச்சை உள்ளிழுக்கும் முறை 'பூரகம்' என்றும், வெளிவிடும் முறை 'ரேசகம்' என்றும், இவ்விரண்டுக்குமிடையில் உள்ளே தங்கிய நிலை 'கும்பகம்' என்றும் கூறப்படும். பிராணன் குறைந்து குறைந்து உள்ளேயே சுழலும். உள் சுழற்சியால் வெப்பமடைந்து மூலாதாரத்தில் பாம்பு வடிவில் உறங்கிக் கொண்டிருக்கும் குண்டலினி சக்தி மேலே எழும்பும். நடு நாடியான சுழுமுனை வழியாகக் குண்டலினி மூலாதாரம், சுவாதிட்டானம், மணிபூரகம், அநாகதம், விசுத்தி, ஆக்ஞா எனப்படும் ஆறு

ஆதாரங்களிலும் பொருந்தி மேலே ஏறும். குண்டலினியை எழுப்புவதற்கும், நாடி சுத்திக்கும் பிராணாயாமம். அடிப்படையாக உள்ளது என்று ஒரு அறிஞர் தம் நூலில் குறிப்பிடுகின்றார்.

அட்டமாசித்திகளை அடைவதற்கு முக்கியக் காரணமாக அடிப்படையாகப் பிராணாயாமம் என்ற மூச்சுப் பயிற்சி விளங்குவதாகச் சித்தர்கள் கூறுகின்றனர். அதிக அளவிற்குச் சுவாசத்தை மக்கள் வீணாக்குவதால் தான் மக்களின் ஆயுள் குறைகின்றது. பல நோய்களும் உண்டாகின்றன.

"காற்றுள்ள போதே தூற்றிக் கொள்" என்பர். பதரைத் தூற்றி நெல்லைக் கொள் என்பது இதன் பொருள். இதனை மனித வாழ்க்கைக்கு ஏற்றபடியும் எடுத்துக் கொள்ளலாம். அதாவது, உடம்பில் மூச்சுக்காற்று உள்ள போதே, அதைக்கொண்டு தூற்றி, வெறும் பொருளைத் தள்ளிவிட்டு, பரம்பொருளைக் கொள்ள வேண்டும்.

தீய பழக்கங்களால் சுவாசம் கெடும், ஈரல்கள் கெடும், இதயம் கெடும், நாடி நரம்புகள் கெட்டு நோய்கள் வரும். நல்லொழுக்கத்தை மேற்கொண்டு பிராணனை நிலை நிறுத்தினால் நீண்ட நாட்கள் நோயின்றி வாழலாம்.

இயற்கையோடியையைந்த வாழ்வு

மனிதன் தான் வாழும் காலத்தில் தன் உடலை முறையாகப் பேணிப் பாதுகாத்துப் பிறருக்குப் பயன்படும் வகையிலும் வாழ வேண்டும் என்று சித்தர்கள் மனித சமுதாயத்திற்குக் கூறியதுடன் தாமும் அவ்வாறே வாழ்ந்து காட்டினர்.

மக்கள் சுத்தமான காற்றைச் சுவாசிக்க வேண்டும். தூய நீரைப் பருக வேண்டும். உடலையும், உள்ளத்தையும் தூய்மையாக வைத்துக் கொள்ள வேண்டும் என்றெல்லாம் முன்னோர்கள் கூறிய கருத்துக்களின் படி வாழ்ந்து காட்ட வேண்டும்.

"பாலுண்போம்; எண்ணெய் பெறின் வெந்நீரில்
குளிப்போம்

பகல் புணரோம்; பகல் துயிலோம்; பயோதரமும் மூத்த
ஏலஞ்சேர் குழலியரோடிள வெயிலும் விரும்போம்;

இரண்டக்கோம்; ஒன்றைவிடோம்; இடதுகையிற்
படுப்போம்

மூலஞ்சேர் கறிநுகரோம்; மூத்த தயிர் உண்போம்
முந்நாளில் சமைத்த கறி அமுதெனினும் அருந்தோம்
ஞாலந்தான் வந்திடினும் பசித்தொழிய உண்போம்
நமனார்க்கிங் கேதுகவை நாமிருக்குமிடத்தே"

என்று கூறுவதாக ஒரு அறிஞர் தம் நூலில் கூறுகின்றார்.

உடல்வலி, கைவலி, இருதயக் கோளாறு என்று பல்வேறு நோய்களால் மனிதர்கள் தாக்கப்பட்டு சிரமப்படுகின்றனர். இவற்றையெல்லாம் ஆரம்பத்திலேயே கண்டறிந்து எந்த பக்க விளைவுகளுமின்றி தீர்க்க இயற்கைப் பொருட்களைக் கொண்டு தயாரிக்கப்படும் சித்த மருத்துவம் உதவுகின்றது. மேலைநாட்டார் நம் முன்னோர் கூறிய தத்துவங்களை ஏற்று அவற்றை கற்க இங்கு வருகின்றனர். ஆனால், நாம் அவற்றை புறக்கணித்து வருகிறோம்.

அன்றாடம் தினமும் அதிகாலையில் எழுந்து மூச்சுப் பயிற்சி, தியானம், உடற்பயிற்சிகள் போன்றவற்றை மக்கள் மேற்கொள்ள வேண்டும். இதனால் சுறுசுறுப்பும், மனத்தெளிவும், புத்துணர்ச்சியும் கிட்டும். எவ்வளவுதான் பிற மருத்துவ முறைகள் முன்னேறியிருந்தாலும் இன்றைக்கும் 'மஞ்சள் காமாலைக்கு கீழாநெல்லியையே' மருந்தாகப் பயன்படுத்துகின்றனர். வல்லாரை, தூதுவளை போன்ற மூலிகைகளையும் மக்கள் பயன்படுத்தி பல நோய்கட்குத் தீர்வு காண்கிறார்கள். வல்லாரை நினைவு சக்தியை

அதிகரிக்கும். தூதுவளை கபத்தைப் போக்கும். இந்த மூலிகைகளை வைத்து இன்றைய காலகட்டத்தில் மாத்திரைகள் தயாரிக்கப்பட்டு விற்பனைக்கு வருகின்றன. இதனையும் மக்கள் பயன்படுத்திக் கொள்கின்றனர்.

வேம்பு, துளசி, மஞ்சள் போன்று மக்களுக்கு எளிதில் கிடைக்கக்கூடிய மருத்துவ குணமுடைய பொருட்களின் பயனைத் தெரிந்துகொண்டு இவற்றை மக்கள் வாழ்வில் பயன்படுத்தி பலன்கள் பலவற்றையும் பெற முடியும். தெரியாதவர்கட்குத் தெரிந்தவர்கள் எடுத்துரைக்க வேண்டும். முன்னோர்கள் காட்டிய வழியைப் பின்பற்றி முடிந்த அளவிற்கு இயற்கையில் கிடைக்கும் எளிய ஆனால் அரிய பல பலன்களைத் தரும் மூலிகைகளைப் பயன்படுத்தினால் ஆரோக்கியத்துடன் நீண்ட நாட்கள் வாழலாம்.

தனி மனிதர் ஒழுக்கமற்று இருப்பதால் தான் 'எய்ட்ஸ்' நோய் ஏற்படுகின்றது. இதனைப் போக்குவதற்கு சித்த மருத்துவத்தில் மருந்துகள் உள்ளன என்று கூறுகின்றனர். இது எந்த அளவிற்கு உண்மை எனத் தெரியவில்லை. ஆனால் ஒழுக்கக் குறைவினால் நோய்கள் வருவதற்கு காரணமானவர்களைப் பற்றி 'தேரையர் நோயணுகா விதி' என்ற நூலில் குறிப்பிட்டுள்ளதை ஒரு அறிஞர் தம் நூலில் கூறியுள்ளார்.

"பலவகையிலும் கணவனுக்குத் துன்பம் தருபவளும், அவதூறு பேசுகின்ற மனைவிகளுக்கும், சூரிய வெளியில் மல ஜலம் கழிக்கின்ற மகளிர்க்கும், பரதேசி, ஏழை முதலியோரைப் பழிக்கின்ற பெண்களுக்கும், மாதவிலக்குச் சமயங்களிலும் விருப்புற்று ஆடவருடன் சேரும் பெண்களுக்கும், கணவன் தவிர பிற ஆடவருடன் உடற்சேர்க்கை விரும்பிக் கொள்ளும் பெண்களுக்கும் 'பெரும்பாடு' வரும்" என்கிறார் ஒரு அறிஞர்.

ஒழுக்கத்தை மனிதன் உயிரினும் மேலாகக் கருதி காத்து இயற்கையோடியைந்த வாழ்வு வாழ்ந்தால் பல்லாண்டு நோய் நொடிகளினின்று மக்கள் துன்பமின்றி 'நல்வாழ்வு' பெற முடியுமென்று அறிய முடிகின்றது.

ஒரு சில இலக்கியச் சான்றுகளில் இருந்து அகத்தியர் போகர், திருமூலர், காலங்கிநாதர், தேரையர், தன்வந்திரி போன்ற பல சித்தர்கள் பொதிகை மலையில் வாழ்ந்து மூலிகைகளை ஆராய்ந்தறிந்து மக்கள் பலருக்கும் பயன்படும் வகையில் மருத்துவம் செய்தனர் என்று அறிய முடிகின்றது.

மனித உடலைப் பற்றியுள்ள வாதம், பித்தம், கபம் எனும் முக்குற்றங்களால் ஏற்படுகின்ற நோய்கட்கும், உயிரைப் பற்றியுள்ள ஆணவம், கன்மம், மாயை என்னும் மூன்று மலங்களால் ஏற்படுகின்ற நோய்கட்கும் சித்த மருத்துவத்தில் தீர்வு தரப்பட்டுள்ளன.

சித்தர்கள் சோதிடத்தையும், மருத்துவத்தையும் இணைத்து அறிந்து கொண்டு காலத்திற்கேற்ப நாடிகளை கணக்கிட்டு மருந்து கொடுத்துள்ளனர். மனஉறுதியுடன் தாம் பல்லாண்டுகளாக உருவேற்றிய மந்திர முறைகளைப் பயன்படுத்தியும் பல நோய்களைக் குணப்படுத்தியுள்ளனர் என்று அறிய முடிகிறது.

இன்றைய காலகட்டத்தில் இயந்திரமயமான வாழ்வு வாழ்ந்து கொண்டிருக்கும் மக்களின் நடைமுறைப் பிரச்சனைகட்கு தீர்வாகப் பிராணாயாமம், இயற்கையோடியைந்த வாழ்வு, தியானம், யோகப் பயிற்சி மற்றும் எளிய உடற்பயிற்சிகளையும் சித்தர்கள் கூறிச் சென்றுள்ளனர். இவற்றையெல்லாம் மக்கள் முழு நம்பிக்கையுடனும், ஒழுக்கத்துடனும் வாழ்ந்து தகுந்த பயிற்சியும், முயற்சியும் செய்து கடைபிடித்தால் நீண்ட காலம்

நோயின்றி வாழ முடியும். எல்லாவற்றிற்கும் மேலாக இறைவனைப் பிரார்த்தனை செய்வதும், இறைவன் பெயரை உச்சரிப்பதுமே சிறந்த வைத்தியமாகும்.

6. சித்தர்கள் பற்றிய தற்கால நம்பிக்கைகள்

சித்தர்கள் சிறப்பான சக்திகளைப் பெற்றவர்கள். தெளிவான ஞானத்தை அடைந்தவர்கள். சிவயோகப் பயிற்சிகளால் உடலையும், உள்ளத்தையும் ஒளிமயமாக உயர்த்திக் கொண்டவர்கள். முக்காலத்தினையும் உணர்ந்து கூற வல்லவர்கள். மனித குலம் யாவும் ஒரே இனம், ஒரே சாதி என்பதுதான் சித்தர்களின் கொள்கை. சித்தர் பாடல்களில் மத வெறுப்பைக் காண முடியாது. மொழி வெறியோ, இன வெறியோ இவர்களிடம் இல்லை. சித்தர்கள் 'யாதும் ஊரே யாவரும் கேளிர்' என்ற கொள்கையின் படி மனித நேயத்தைப் பரப்பி, மனித இனத்திற்குப் பற்பலத் தொண்டுகளை ஆற்றியுள்ளனர். இன்றைய சூழலிலும் ஒரு சில சித்தர்கள் மக்களிடையே வாழ்ந்து கொண்டு மக்களுக்கு வழிகாட்டி மனித வாழ்வின் மேன்மைக்கு உதவி வருகின்றனர். இக்கால மக்களிடையே சித்தர்களைப் பற்றி நிலவி வரும் நம்பிக்கைகள் பற்றி இங்கே விவரிக்கப் பட்டுள்ளது.

சித்தர்கள் சிரஞ்சீவிகள்

சித்தர்கள் உடம்பை வளர்க்கும் உபாயம் அறிந்து உடலையும், உயிரையும் வளர்த்தவர்கள், வளர்ப்பவர்கள். காலம் கடந்து வாழும் இரகசியம் அறிந்தவர்கள். சித்தர்கள் சிரஞ்சீவிகளாக உள்ளவர்கள் என்ற கருத்து மக்களிடையே நிலவி வருகின்றது. இதற்குச் சான்றாக ஒரு அறிஞர் தம் நூலில் எடுத்துரைத்த கருத்து விளங்குகின்றது.

அகத்தியர் பொதிகை மலையில் சிரஞ்சீவியாக இருந்து வருகிறார். 1884-ல் அச்சான ஒரு புத்தகத்தில் (காஸ்மிக் – சைக்காலஜிக்கல், ஸ்பிரிச்சுவல் பிலாஸபி அண்ட் சயன்ஸ்) ஐம்பது ஆண்டுகளுக்கு ஒரு முறை அவர் சிஷ்யர்களுக்குப் பொதிகை மலையில் தரிசனம் கொடுப்பதாக எழுதப்பட்டுள்ளது. குறுமுனியின் வைபவம் ரிக் வேத காலத்தில் இருந்து இன்று வரை பொதிகையிலுள்ள சித்த பூமியில் மறவாமல் கொண்டாடப்பட்டு வருகிறது என்று கூறியுள்ளார்.

பொதிகைமலையில் சித்தர்கள் பலர் இன்றும் தவம் செய்து வருவதாகவும் மக்கள் நம்புகின்றனர். தாம் விரும்பிய எந்த உருவத்திலும் பக்குவமுடைய ஆன்மாக்களுக்குக் காட்சி தருவதாக மக்கள் நம்புகின்றனர். இதற்கு உதாரணமாக ஒரு அன்பர் கூறும் கருத்தினைச் சான்றாகக் கூறலாம்.

"வாரத்தில் இரு நாட்களான செவ்வாய், வெள்ளி ஆகிய தினங்களில் அதிகாலை மூன்று மணியிலிருந்து ஐந்து மணிவரையிலும் செண்பகாதேவி குகையில் சென்று அமர்ந்து தியானம் செய்வேன். 'ஓம் சிங் ரங் அங் சிங்' என்ற மந்திரத்தை தினமும் ஜெபிப்பேன். சித்தர்கள் ஒளி மற்றும் ஒலி வடிவில் எனக்குக் காட்சி தந்து ஆசி வழங்கியுள்ளனர்." என்று தமது அனுபவத்தினை எடுத்துரைக்கின்றார்.

சித்தர்கள் தற்போது மக்களிடமிருந்து மறைந்து வாழ்கின்றனர். கலியுகத்தில் பல கொடுமைகள் நிகழ்கின்றன என்ற காரணத்தினால், கொடிய விலங்குகளிடமிருந்தும், கொடிய மனம் படைத்த மனிதர்களிடமிருந்தும் தம்மைக் காத்துக் கொள்வதற்காகவே சித்தர்கள் மறைந்து வாழ்கின்றனர் என்று கருத இடமிருக்கிறது. இதற்குச் சான்றாக அகத்தியர் கூறும் காரணத்தை ஒரு அறிஞர் தம் நூலில் எடுத்துரைக்கின்றார்.

"கலியன் வந்தானென்று ககன ரிஷிகளும்

கலியனைக் கண்ணிலும் காணாதிருக்க

கலியானை விட்டுக் கயிலைக்குச் சென்றே

கலியுக மட்டும் கடுந்தூக்கம் கொண்டார்"

என்று கூறுவதாக அறிஞர் கூறுகின்றார்.

தமிழகத்தில் பெரும்பாலான கோவில்களில் பல சித்தர்கள் சமாதியடைந்து உள்ளனர். இந்தக் கோவில்களில் இன்றும் சித்தர்களின் சக்தி நிறைந்து மக்களைக் காப்பதாக மக்கள் நம்புகின்றனர். கலியுகம் சித்தர்களின் உலகம். சித்தர்கள் மகான்கள். அந்த மகான்களைத் தரிசனம் செய்தாலே பாப விமோசனம் கிட்டும் என்று மக்கள் நம்புகின்றனர்.

ஆய்க்குடி கம்பளி மலையில் இன்றும், அமாவாசை, பௌர்ணமி ஆகிய தினங்களில் சித்தர்கள் வந்து மகாலிங்க மலையில் வீற்றிருந்து அருள் புரியும் 'சுந்தர மகாலிங்க சுவாமியை' தரிசனம் செய்து விட்டுச் செல்வதாக மக்கள் நம்புகின்றனர். அகத்திய மாமுனிவர் இந்த மலையில் உள்ள பாதாள குகையில் சிவனாரைப் பூசித்ததாக மக்கள் நம்புகின்றனர். திரு.குழந்தைவேலு சுவாமி என்பவர் இம்மலை அடிவாரத்தில் வாழ்ந்து வருகிறார். இவர் சித்தர்கள் சிவபூசை செய்து வரும் குகைக்குள் சென்று வந்தவர்களுள் ஒருவராவார்.

கம்பளி மலைக்கும் பல்லாயிரக்கணக்கான மக்கள் அன்றாடம் வந்து தரிசித்துச் சிவனது அருளையும் சித்தர்களின் அருளையும் பெற்றுச் செல்கின்றனர். "இந்த மலை மீது மூன்று குத்துக் கற்களுக்கிடையில் அத்தி மர நிழலில் ஒரு மகா சித்த புருஷரின் அதிஷ்டானம் இருக்கிறது, அதன் மீது லிங்கச் சின்னங்கள் இருக்கின்றன. ஆயிரக்கணக்கான ஆண்டுகளாக இந்தப் பக்கத்து மக்கள்

அதை வழிபட்டு வருகின்றனர்" என்று திரு.குழந்தைவேலு சுவாமி கூறுகின்றார். இம்மலையில் தினமும் அதிசயங்கள் நிகழ்ந்து கொண்டிருப்பதை மக்கள் பலரும் நேரிடையாகக் கண்டு உணர்ந்துள்ளனர். 'ஞான பாரதி' போன்ற இதழ்களில் கம்பளி மலையில் நிகழ்ந்து கொண்டிருக்கும் அதிசயங்களைப் பற்றி கட்டுரைகள் வெளிவந்து கொண்டிருக்கின்றன.

'ஞான பாரதி' என்ற இதழில் வெளிவந்த அதிசய நிகழ்ச்சி ஒன்றினைச் சான்றாக கூறலாம். பங்குனி உத்திரம் இங்கு சிறப்பாகக் கொண்டாடப்படுகிறது. ஒரு சமயம் மாலை 5 மணிக்குத் திடீரென்று மலையில் தீப்பிடித்து விட்டது. பயங்கரமாகச் செடி கொடிகள் கருகி விட்டன. தீயணைப்பு இயந்திரங்களும் வந்துவிட்டன. இருப்பினும், தீயை அணைக்க முடியவில்லை. உடனே அனைவரும் ஓடிவந்து குழந்தைவேலு சுவாமியை அணுகினர். அவர் சித்தர்களைத் தியானித்துக் கொண்டிருந்தார். உடனே, கண் விழித்துப் பார்த்துவிட்டு ஒரு குடம் தண்ணீர் மட்டும் எடுத்துக் கொண்டு மலைமீது ஏறினார். சுந்தர மகாலிங்கத்தின் மீது அதை ஊற்றினார். உடனே அடுத்த நொடியே காட்டுத் தீ மறைந்து விட்டது. இந்த அதிசயத்தை நிகழ்த்தியவர்கள் 'சித்தர்கள் தான்' என்று அனைத்து மக்களும் குழந்தைவேலு சுவாமிகளும், தீயணைப்பு படையினரும் நம்புகின்றனர்.

தென்காசி, கடையநல்லூர் போன்ற ஊர்களில் சித்தர்கள் ஒரு சிலர் வாழ்ந்து மக்களுக்கு வழிகாட்டி வருகின்றதாக மக்கள் நம்புகின்றனர். தென்காசியில் மட்டப்பா தெருவில் வசித்து வந்தவர் திரு.மிஸ்டிக் செல்வம். இவர் ஆன்மீக ஆராய்ச்சியாளர். சித்தர்களுடன் தொடர்பு கொண்டவர். இவரையே இங்குள்ள மக்கள் ஒரு சிலர் 'ஆவியுலகச் சித்தர்' என்று கூறுகின்றனர். இவர் ஐந்தருவிப் பகுதியில் உள்ள சங்கராசிரமத்திலுள்ள சுவாமி சங்கரானந்தாவிடம் தீட்சை பெற்றவர். அஜபா காயத்ரியைப் பயின்றவர். இவர்

சித்தர்களுடன் கொண்ட தொடர்பு பற்றிய அனுபவத்தை கூறுகின்றார்.

நான் பரிபூரணமாகக் சித்தர்களின் சக்தி மேல் நம்பிக்கை வைத்துள்ளேன். நான் விருட்சிகம் – கேட்டை நட்சத்திரத்தில் பிறந்தவன். நானும் என் கேட்டை நட்சத்திர நண்பர்களும் ஒன்று போல் கிரக கோளாறினால் மிகவும் சிரமப்பட்டோம். நான் ஒரு சித்தரை அணுகி என் சிரமம் நீங்க வேண்டிக் கொண்டேன். அவர் ஒரு எலுமிச்சம்பழத்தை எடுத்து உரு ஏற்றி வீட்டில் கொண்டு வைக்கும்படி கூறினார். அவரது சொல்படி நான் நடந்தேன். மற்ற பதினொன்று கேட்டை நட்சத்திரக்காரர்களும் சிரமப்பட்டுக் கொண்டிருக்கும் போது நான் மட்டும் அதிகமாகச் சிரமப்படவில்லை.

இஸ்லாம் மதத்தைச் சேர்ந்த 'குன்னிக் கொடு தங்கள்' என்ற சித்தர் என் நண்பர். நான் கேட்கும் பொருளை எந்த நாட்டில் இருந்தாவது வரவழைத்துத் தருவார். உதாரணமாக 'சிட்டிசன் வாட்ச்' அமெரிக்காவிலிருந்து கொண்டு வந்து தந்தார். இவர் ஏராளமானச் சித்துக்களைச் செய்பவர். குற்றாலம் வந்தார். குறிஞ்சி லாட்ஜில் தங்குவார். இவர் இஸ்லாம் முறைப்படி உடை அணியமாட்டார். பேண்ட், கோட், சூட், டை இவைகளுடன் காட்சித் தருவார். இவருக்கு 'ஜீன்' என்னும் பூத கணம் அடிபணிந்து வேலை செய்தது. எத்தனையோ சித்தர்களுடன் எனக்குத் தொடர்பு உண்டு. இரண்டு வருடங்களுக்கு முன் தன்னுடைய 82 வயதில் அவர் சமாதியானார். சித்தர்களால் சாதிக்க முடியாதது எதுவும் கிடையாது' என்று கூறுகின்றார்.

இதிலிருந்து சித்தர்களால் கிரக நிலைகளின் இயக்கத்தையும் கட்டுப்படுத்த முடியும் என்பதும், சித்தர்கள் அனைத்து மதங்களிலும் இருப்பவர்கள் என்பதும், சித்தர்களால் சாதிக்க முடியாத்து எதுவுமில்லை என்பதும் அறியப்படுகின்றது.

கடையநல்லூரில் கட்டி விநாயகர் கோவில் தெருவில் வசிப்பவர் திரு, அருணாசலத் தேவர். கட்டி விநாயகர் கோவிலில் அமர்ந்து கொண்டு இவர் மக்கள் அனைவருக்கும் அருள் வாக்குச் சொல்வார். இவரை ஸ்ரீ கரடிச் சித்தர் என்று அழைக்கின்றனர். கடைய நல்லூரிலிருந்து 15 கி.மீ. தொலைவில் குலசேகரமங்கலம் என்னும் கிராமம் உள்ளது. அங்குள்ள ஸ்ரீ கரடி மாடசுவாமி திருக்கோயிலில் உள்ள சுவாமியின் அருள் அருணாசலத் தேவருக்கு வந்திருப்பதாக மக்கள் நம்புகின்றனர்.

பகலில் அன்றாட வேலைகளை முடித்து விட்டு, கட்டி விநாயகர் கோவிலில் அமர்ந்து கொண்டு இரவில் தம்மை நாடி வரும் மக்களுக்கு அருள் வாக்கும் சொல்கிறார். பலருக்கு ஏவல், பில்லி, சூனியம் செய்வினைக் கோளாறுகளையும் மாற்றிக் கொடுத்திருக்கிறார். இவர் எப்போதும் பீடி குடித்துக் கொண்டேயிருப்பார். அப்போதுதான் அவருக்கு இடைவிடாமல் அருள்வாக்கு வந்து கொண்டேயிருக்கும். அவர் பக்கத்திலிருப்பவர்கட்குப் பீடி வாசனையே வராது. விபூதி மற்றும் சந்தன மணமே கமழும். இதனை பக்தர்கள் பலர் நேரிலேயே கண்டறிந்துள்ளனர். அருள் வாக்குச் சொல்லும் போது யாரிடமும் இவர் காசு வாங்குவதில்லை. ஏழை எளியவர்கட்குச் செய்யும் தொண்டாகவே இதனை ஆற்றி வருகின்றார்.

ஸ்ரீகரடி சித்தர் மாதாமாதம் வரும் பௌர்ணமி அன்று குலசேகரமங்கலத்தில் உள்ள தனது குலதெய்வமாகிய ஸ்ரீகரடி மாட சுவாமி கோவிலுக்குச் சென்று 22கிலோ எடையுள்ள இரும்புச் சங்கிலியை வைத்து தன்னுடைய முதுகில் ஆவேசத்துடனும், அருளுடனும் அடித்துக் கொண்டு அருள் வாக்குச் சொல்வார். பின்பு கடைய நல்லூருக்கு வந்து சுமார் மாலை 8 மணிக்கு பௌர்ணமி பூசை செய்வார். அங்கு ஸ்ரீகரடி மாட சுவாமிக்கு எல்லாவிதமான

பலகாரங்களும், பழமும், மது, சுருட்டு முதலியவைகளும் மேலும் ஐந்து வகை காய்கறிகளுடன்,

சர்க்கரைப் பொங்கல், பாசிப்பயறு சுண்டலுடன் அந்த ஸ்ரீ கரடி மாட சுவாமிக்குப் படையல் வைத்து பூசை செய்வார்கள். அங்கும் பூசை அறையில் 15 கிலோ எடையுள்ள இரும்பு சங்கிலியை வைத்து தம் முதுகில் அடித்துக் கொண்டு எல்லோருக்கும் விபூதி கொடுப்பார்கள். அனைவருக்கும் அன்னதானம் செய்வார்கள் என்று ஒரு அன்பர் தமது கருத்தைக் கூறுகின்றார்.

இன்றைய சூழலில் 'பக்தி' என்ற பெயரில் பாமர மக்களைப் பலரும் ஏமாற்றி வருகின்றனர். கடவுளின் பெயரைக் கூறி மக்களை ஏமாற்றிப் பணம் பறிக்கின்றனர். இவர்களுக்கிடையில் ஸ்ரீகரடி சித்தர் அருள் வாக்கு கேட்க வருகின்ற பக்தர்களிடம் பணமோ (அ) மற்ற எந்தப் பொருட்களும் வாங்காமல் நியாயத்தின் பேரில், தர்மத்தின் பேரில் தன்னை நாடி வரும் பாமர மக்களிடம், ஏழைகளிடம் காசு வாங்காமல் அவர்களின் குறைகளைப் போக்கி வருகிறார் என்ற கருத்து உள்ளது.

குற்றாலத்திலுள்ள திருக்குற்றால நாதர் கோவிலில் பணியாற்றி வருபவர் திரு. குளத்துமணி ஜோதிடர். இவர் ஜோதிடக் கலையில் சிறந்தவர். ஜோதிடத்துறையில் ஆராய்ச்சி செய்து முனைவர் பட்டம் பெற்றவர். இவர் சித்தர்களின் சக்தியை உணர்ந்துள்ளார். அவர் தன் அனுபவத்தைக் கூறுகையில், "பொதிகை மலையில் தவமியற்றிய ஆதி குரு அகத்தியரால் திருக்குற்றால நாதர் சந்நிதி மற்றும் தரணி பீடம் பிரதிட்டை செய்யப்பட்டது. இங்குள்ள 'சிவாலய முனி' என்ற சிலை வடிவிலிருப்பவர் அகத்தியரின் சீடர். அவர் இக்கோவிலை வடிவமைக்க உதவியவர். இக்கோயிலில் தினமும் பணியாற்றி வருகிறேன். ஒருமுறை அதிகாலை 3 மணிக்கு கோவிலுக்கு குடத்தில் நீர் கொண்டு சென்ற போது சிவாலய முனி சிலைக்கருகில்

ஒரு கருப்பு உருவம் தெரிந்தது. சுருட்டு பிடிக்கும் வாசனையும் வந்தது. எனக்கு அருகில் இருந்தவர்களிடம் இதைப் பற்றிக் கேட்டேன். ஆனால், அவர்கட்கு ஒன்றுமே தெரியவில்லை என்று சொன்னார்கள். எனவே அகத்தியர் (அ) அவரது சீடர்தான் அந்த வடிவில் வந்து எனக்கு காட்சி கொடுத்ததாக நம்புகிறேன்" என்றுரைக்கிறார்.

மேலும் ஆய்வாளர்களுக்குரிய வினாநிரலை நிரப்பிக் கொண்டிருக்கும் போது ஜோதிடருக்கு ஒரு அனுபவம் ஏற்பட்டதையும் கூறுகிறார். 'இரவில் ஆய்வாளருக்குரிய வினாநிரலை நிரப்பிக் கொண்டிருந்தேன். எப்போதும் அன்னை ஸ்ரீபராசக்தியை வணங்கிக் கொண்டுதான் செய்வேன். அன்றும் அவ்வாறே செய்தேன். அப்போது திடீரென்று எனது அருகில் ஒரு சிறு பெண் பச்சைப் பாவாடையணிந்து வந்து சிரித்து விட்டுச் சென்றது போன்ற உணர்வு ஏற்பட்டது. மறுநாள் மாலை அன்னை ஸ்ரீ பராசக்தி பீடத்தில் வைத்து முன்னிரவு நான் கண்ட அதே பெண்ணை நேரில் கண்டேன். எனக்கு ஒரே வியப்பு. நான் அப்பெண்ணிடம், "நேற்று நான் பழனி, திருச்செந்தூருக்குச் சென்றுவிட்டு இன்று உன்னைத் தேடி வந்தேன்" என்று கூறினேன். அப்பெண் திடீரென்று மாயமாய் மறைந்துவிட்டாள். இதிலிருந்து எனக்கு அந்த சிறு பெண்ணின் உருவில் 'வாலைச் சித்தர்' என்று கூறப்படும் சித்தர் 'வாலைக் குமரி' வடிவில் வந்து எனக்கு அருளாசி தந்ததாகக் கருதுகிறேன். ஆய்வாளரின் வினா நிரலை நிரப்பும் போது எனக்கு இந்த அனுபவம் கிட்டியதால் ஆய்வாளருக்கும் சித்தர் அருளாசி வழங்கியதாக நான் உணர்கிறேன்" என்று தமது அனுபவத்தைக் கூறினார்.

இன்றும் சித்தர்கள் பலர் ஒரு சிலரது கண்களுக்குப் புலப்படும் வண்ணமாக வந்து செல்கின்றனர் என்பதையும் சித்தர்கள் அருளாசி வழங்குகின்றனர் என்ற நம்பிக்கை

மக்களிடையே நிலவி வருவதனையும் இதனால் அறிய முடிகின்றது.

பொதிகை மலைச் சாரலில் குற்றாலத்தில் ஐந்தருவிக்கருகில் 'சங்கராசிரமம்' உள்ளது. ஞானப்பிதா சிவானந்த பரமஹம்சரின் சீடர் சுவாமி சங்கரானந்தாவினால் இந்த ஆசிரமம் அமைக்கப்பட்டது. சுவாமி சங்கரானந்தா 'ஐந்தருவிச் சித்தர்' என்றே அழைக்கப்படுகிறார். ஆயிரக்கணக்கானோர் இவரிடம் உபதேசமும் உதவியும் பெற்று வாழ்வில் முன்னேறியுள்ளனர்.

சுவாமிஜி ஆண், பெண், சாதி, சமய, இன வேறுபாடின்றி யாவருக்கும் சித்த வித்தையைக் கற்றுக் கொடுப்பாராம். ஆனால், தம்மிடம் வந்து உபதேசம் பெறுபவர்கள் அதை ஓரளவிற்கு ஈடுபாட்டுடன் பின்பற்றி செயல்படுவார்களா? என்பதனையும் சோதித்த பின்பே உபதேசம் தருவாராம். சித்த வித்தை பயின்றவர்கள் எளிதில் 'சித்தர்' நிலையை அடைய முடியும் என்று இங்குள்ளவர்கள் நம்புகின்றனர். இதற்குச் சான்றாக ஒரு நிகழ்ச்சி 'ஐந்தருவிச் சித்தர்' நூலில் கூறப்படுகின்றது. ஞானப்பிதாவிடம் உபதேசம் பெற்று "ஆனந்தா" பட்டம் பெற்ற பன்னிருவருள் சுவாமி மாதவானந்தாவும் ஒருவர். தம் சமாதி வேளை நெருங்கியதை உணர்ந்த அவர் அதற்குரிய தலமாகிய பாம்பன் கோவிலை வந்தடைந்தார். அங்கிருந்த அர்ச்சகரிடம், 'இன்றிலிருந்து நான்காம் நாளில் சமாதி நிலை எய்தி விடுவேன்' என்றார். அர்ச்சகர் இதை நம்பவில்லை. அர்ச்சகரின் கைரேகைகளைப் பார்த்து அவரது குடும்பத்தில் மூன்று தலைமுறைகளில் நடந்த சம்பவங்களைக் கூறினார். மேலும் என்னிடம் உபதேசம் பெற்ற சுவாமி சங்கரானந்தாவிற்குத் தெரியப்படுத்தவும் என்றாராம். அவர் கூறியபடியே 10.2.1964ல் பூராடம் நட்சத்திரத்தில் வெள்ளை விநாயகர் கோவில் வளாகத்தில் வைத்து சமாதி நிலை எய்தினார். அவரது சமாதிக்குப் பின் ஒரு கருடன் அச்சமாதியைச் சுற்றி

வட்டமிட்டுக் கொண்டேயிருந்தது. பின் இவரது சமாதிக்கு அருகிலேயே கருடனும் சமாதி எய்தியது. இந்த விபரத்தையும் ஏற்கனவே அங்குள்ளோரிடம் சுவாமிஜி கூறியிருந்தார் என்று கூறப்படுகின்றது.

சித்தோபதேசம் பெற்று முறையாக சித்த வித்தையைப் பயின்று தீவிரப் பயிற்சியில் ஈடுபட்டவருக்கு முக்காலத்தையும் உணரும் ஆற்றல் கைவரப் பெறும் என்பது இதனால் அறியப்படுகின்றது.

1960-ல் சுவாமிஜியிடம் உபதேசம் பெற்று தன்னைப் பீடித்த தோல் நோயிலிருந்து முழுமையாக விடுபட்டார் செண்பக மூப்பனார் என்று கூறப்படுகின்றது. 'உண்டி கொடுத்தோர் உயிர் கொடுத்தோரே' என்பதற்கு இணங்க இங்கு வந்து சித்த வித்தை பயில்வோருக்கு கஞ்சியும், துவையலும் தயாரித்துக் கொடுத்து வருகிறார் மூக்கம்மாள் பாட்டி என்கிற அம்மையார்.

திருநெல்வேலி அகில இந்திய வானொலியில் பணியாற்றும் கீழப்பாலூர் சண்முகையா மற்றும் நாடறிந்த நல்ல தமிழ்ப் பேச்சாளர் பேராசிரியர் அ.வ.இராசகோபாலன் போன்றோர் சுவாமி சங்கரானந்தாவிடம் உபதேசம் பெற்றவர்கள். சுவாமிஜியின் மகா சமாதிக்குப் பின் உபதேசம் பெற ஆசிரமத்திற்கு வருபவர்கள் பிரம்மஸ்ரீ மாரிமுத்து என்பவரிடம் உபதேசம் பெற்று வருகின்றனர். மிகச் சிறந்த தமிழ் அறிஞரான திரு.ச.வே.சுப்பிரமணியன் அவர்கள் பிரம்மஸ்ரீ மாரிமுத்துவிடம் சித்தோபதேசம் பெற்றவர் என்பது குறிப்பிடத்தக்கது.

சுமார் 93 ஆண்டுகள் பூதவுடம்போடு இம்மண்ணில் உலவி தாம் பெற்ற சித்தியாற்றல்களை எல்லாம் மனித சமுதாயத்தின் வளர்ச்சிக்காகவே பயன்படுத்தியவர் ஐந்தருவிச் சித்தர் சுவாமி சங்கரானந்தா. 'சித்தருக்கு இறப்பில்லை' என்பதற்கேற்ப சுவாமிஜி இந்த ஆசிரமத்திலேயே ஜீவ சமாதி கொண்டு மக்களுக்கு

வழிகாட்டி வருகிறார் என்ற நம்பிக்கை மக்களிடையே நிலவி வருகின்றது. கூட்டு ஜெபம், சித்த வித்யாத்ரிகளின் உரை, சித்த மதக் கருத்துக்களை விளக்கும் நூல்களை வெளியிடல் போன்ற பல்வேறு ஆன்மீகப் பணிகளை ஐந்தருவி சங்கராசிரமம் ஆற்றி வருகின்றது.

சங்கரன் கோயில் கோமதி அம்மனை பிரதிட்டை செய்து அங்கேயே ஜீவ சமாதி கொண்டவர் ஸ்ரீ பாம்பாட்டிச் சித்தர். இவர் 'பாம்பைப் போன்று உடலுக்குள் அடங்கிக் கிடக்கும் குண்டலினி சக்தியை வாசி யோகத்தால் எழுப்பி தலைக்கேற்றி அமுதம் சொரிய வைத்தவர்' என்பதால் பாம்பாட்டிச் சித்தர் என்று அழைக்கப்படுகிறார். இவர் சித்தர்களால் அனைத்தையும் சாதிக்க முடியும் என்று கூறுகிறார்.

"மூண்டெரியும் அக்கினிக்குள் மூழ்கி வருவோம்

முந்நீருள் இருப்பினும் மூச்சடக்குவோம்

தாண்டி வரும் வன்புலியை தாக்கி விடுவோம்

தார் வேந்தன் முன்பு நீ ஆடு பாம்பே!"

என்கிறார்.

பாம்பாட்டிச் சித்தர் தனது சீடனைத் தேர்வு செய்வதற்காக கேரளா காலடியில் உள்ள அகவூர் மனையில் கௌரி லட்சுமி – ரவி நாராயணன் என்ற நம்பூதரி தம்பதியினருக்குப் பிறந்த பத்தாவது குழந்தையான ஐந்து வயது பிரபாகரனை, பெற்றோரின் சம்மதத்துடனும், பிரபாகரனின் சுய விருப்பத்துடனும் தனது சீடனாகத் தேர்ந்தெடுத்தார் என்று கூறப்படுகிறது.

பாம்பாட்டிச் சித்தர் தனது சீடர் பிரபாகரருடைய திருக்கரத்தால் 'புன்னை வனம்' என்ற இடத்தில் சமாதி அடைந்தார் என்பதற்கு 'நெற்கட்டும் செவல்" என்ற

புலித்தேவர் ஓலைச் சுவடியில் ஆதாரம் உள்ளதாக ஒரு அறிஞர் குறிப்பிட்டுள்ளார்.

"ஆதி காலத்தில் தில்லையில் திருமூலர்
அழகு மலை இராம தேவர்

பாதி அரிச்சங்கரன் கோவில் பாம்பாட்டி
பழனி மலை போக நாதர்"

என்கிறார்.

பாம்பாட்டிச் சித்தரின் சமாதியான புன்னை வனத்துப் புற்று மண்ணை விபூதியாக இன்றும் மக்கள் நம்பிக்கையுடன் பூசிக் கொள்கின்றனர்.

ஸ்ரீ சிவப் பிரபாகர சித்த யோகி பரமஹம்சர் 'அழுக்குச் சாமி, மூட்டை சாமி, அனுமான் சாமி, மலையாளச் சித்தர், மௌனசாமி, பூண்டி மகான்' என்றெல்லாம் மக்களால் அன்புடன் அழைக்கப்படுகிறார்.

துளசி இலையினையும், பச்சைத் தண்ணீரையும் மட்டுமே இவர் உண்பாராம். ஒரே நேரத்தில் பற்பல இடங்களில் காட்சி தருவாராம். சிவப்பிரபாகர சித்த யோகி பரமஹம்சரின் சீடர் பிரம்மஸ்ரீ சித்த ராஜ சுவாமிகள். இவர் 1970ல் சங்கரன் கோவிலுக்கு வந்து பாம்பாட்டிச் சித்தர் சமாதியிருப்பிடத்தையும், குளத்தையும் செப்பனிட்டுள்ளார்கள்.

உலகில் சாதி, மத, இன பேதங்களும் அறு சமய வழிபாட்டின் ஒற்றுமையை உணர்த்தவே பாம்பாட்டிச் சித்தர் சமாதி 'பரப்ரும்ம விக்ரஹமாக' காட்சி தருகிறது. கிழக்கு திசையில் பார்த்தால் திருமால் போன்றும், தெற்கில் சிவனைப் போன்றும், மேற்கில் சுப்பிரமணியர் போன்றும்,

வடக்கில் வல்லப கணபதி போன்றும் இந்தச் சமாதி காட்சி தருகின்றது. இத்திருக்கோயிலில் பௌர்ணமி, சதுர்த்தி, சஷ்டி, கார்த்திகை, ஏகாதசி, திருவோணம், பிரதோஷம் போன்ற நாட்களில் சிறப்பு வழிபாடு நடத்தப்படுகிறது.

அன்னதானமும், தீப வழிபாடும் நடக்கின்றது. இங்கு உள்ள சன்னதியில் அகண்ட தீபம் (அணையா தீபம்) பல்லாண்டுகளாக ஒளிவீசிக் கொண்டிருக்கிறது. பாம்பாட்டிச் சித்தர் சமாதியில் அன்று முதல் இன்று வரை பல அற்புதங்கள் நிகழ்ந்து வருவதாக மக்கள் நம்பி வருகின்றனர். சமாதியின் துளசித் தீர்த்த நீர் பல நோய்களைத் தீர்க்கும் மகிமை மிக்கது என்றும், இங்கு வழிபட்டால் அனைத்து தெய்வ ஸ்தல வழிபாட்டு புண்ணியமும் கிடைக்கும் என்றும் மக்கள் நம்புகின்றனர்.

தென்காசிக்கு அருகில் உள்ள மத்தளம்பாறை என்ற கிராமத்தில் 'சித்தர் கோட்டம்' என்ற இடம் உள்ளது. இங்கு டாக்டர். S. சண்முகத்தாய் செல்வநாதன்-டாக்டர். செல்வநாதன் என்ற தம்பதியினர் வசித்து வருகின்றனர். 'நம் தேக ஆரோக்கியமே நாம் தேடும் பொருள்' என்ற கொள்கையுடன் சகலவிதமான நோய்களுக்கும், சகல விஷக்கடிகளுக்கும் கை நாடி பார்த்து மருந்துகள் கொடுக்கின்றனர். மஞ்சள் காமாலை மூலம், மூல பவுந்திரம் போன்ற நோய்களுக்கு பச்சிலை மூலிகை மருந்து கொடுத்து குணமாக்குகின்றனர். குழந்தைகளுக்கு சீர் கோளாறுகள் நிவர்த்தி செய்யப்படுகின்றது.

சித்தர் கோட்டத்தில் பல்லாண்டுகளுக்கு முன்பு இருந்தே எண்ணற்ற சித்தர்கள் வந்து தவமியற்றியதாக மக்கள் நம்புகின்றனர். இன்றும் கூட ஒரு சில சித்தர்கள் இங்கு பாம்பு, கருந்தேள், கருவண்டு போன்ற வடிவங்களிலும் வந்து செல்வதாகவும் நம்புகின்றனர்.

திருமதி. சண்முகத்தாய் செல்வநாதனின் மாமனார் திரு. சுப்பையா. இவர் கடும் தவம், தியானம் செய்து சித்தர்கள்

பலருடன் தொடர்பு கொண்டவர். 'கோடானு கோடியில் ஒருவரே சித்தராக முடியும். அதற்கு கடுமையான பயிற்சியும் மனப்பக்குவமும் அவசியம்' என்று இவர் அடிக்கடி கூறுவாராம். 'திருவள்ளுவரையும்' ஒரு சித்தர் என்று கூறுகின்றனர், "பொதிகை மலைக்கு தென் கைலாசம் என்ற பெயரும் உண்டு. தென் கைலாசம் என்பதை அறிய வைத்த அகஸ்தியரின் சீடர் திருவள்ளுவர். எனது மாமனார் திரு. சுப்பையா அவர்கள் திருவள்ளுவரின் அம்சமான சித்தர். அவரது அருளால் தான் எங்களுக்கு சித்தருடைய சிறப்புக்களும், அவர்களை அறியக்கூடிய பக்குவமும் கிடைத்தது" என்று கூறுகின்றார் திருமதி.S. சண்முகத்தாய் செல்வநாதன்.

சித்தர் கோட்டத்தில் வைத்தீஸ்வரன் கோயில் பீடமும், நவக்கிரக பீடமும், ஸ்ரீ பூர்ணானந்தம் சுவாமிகளின் சமாதி பீடமும் உள்ளது. இங்குள்ள சித்தர் பீடம் மிகவும் சக்திப் பெற்றது. இங்குள்ள தம்பதியினர் ஸ்ரீபூர்ணானந்தம் சுவாமிகளுடனும், ஆறுமுகம் என்னும் 205 வயது கொண்ட சித்தருடனும் தொடர்பு கொண்டவர்கள். மேலும் திருக்குறுங்கை என்னும் பெயர் கொண்ட திருக்குறுங்குடித் தலத்தில் வாழ்ந்த ஐயப்ப பக்தரான 'கோபாலன்' என்ற சித்தருடன் பழகியுள்ளனர். கொங்கணச் சித்தரின் அம்சமாக 'கோபாலன்' திகழ்வதாக இவர்கள் நம்புகின்றனர்.

சித்தர் கோட்டத்தில் பல ஹோமங்கள் நடந்துள்ளன. வேள்விகள் பலவற்றைச் செய்து அன்னை ஸ்ரீபராசக்தியை வழிபட்டு வருகின்றனர். சித்தர் கோட்டத்திற்கு வருபவர்களில் பலர் தமது வேண்டுதல் நிறைவேறியதன் பயனாக இங்குள்ள அம்பிகைக்கு தம்மால் இயன்ற அளவிற்கு பூசைப் பொருட்களையும், பிற தெய்வச் சிலைகளையும் செய்து தந்துள்ளனர்.

இன்றைய சூழலில் பல போலிச் சித்தர்கள் மக்களை ஏமாற்றி வருகின்றனர். "பக்குவப்பட்ட மக்களுக்கே சித்தர்கள்

தெரிவார்கள். இருப்பினும் இன்றைய உலகின் சூழ்நிலையில் 'சித்தர்' என்று எவரையும் உறுதிப்படுத்தி மக்களுக்கு அடையாளம் காட்டுவது நமக்கே தீங்காக வர வாய்ப்புக்கள் உள்ளன" என்று திருமதி. சண்முகத்தாய் செல்வநாதர் கூறுகின்றார்.

பொதிகை மலைப் பகுதியில் பல்லாண்டுகள் தவமியற்றிய "சாக்கடைச் சித்தர்" என்பவருடனும் இவர்கள் தொடர்பு கொண்டுள்ளனர். கங்கைத் தண்ணீரையும், சாக்கடைத் தண்ணீரையும் இவர் ஒன்று போலவே கருதுவாராம். யாருடனும் அதிகமாக பேசமாட்டாராம். மௌனமாகவே இருப்பாராம். சித்தர் கோட்டத்துக்கு நினைத்த நேரத்துக்கு வந்து விடுவாராம். திருமதி. சண்முகத்தாய் செல்வநாதன் கொடுக்கும் எந்த உணவையும் உண்பாராம். மற்ற எவரிடமும் இந்தச் சித்தர் உணவை வாங்கி உண்ணமாட்டாராம். சித்தர் கோட்டத்திற்கு எவர் வந்தாலும் அவர்களை சித்தர்களின் அம்சமாகவே கருதி சண்முகத்தாய் செல்வநாதன் அன்புடன் வரவேற்று உபசரிக்கின்றார்.

இவற்றிலிருந்து இன்னும் மக்களிடையே சித்தர்கள் சிரஞ்சீவிகளாக வாழ்ந்து கொண்டு மக்களுக்கு நல்வழி காட்டி அருளாசி வழங்குகின்றனர் என்ற நம்பிக்கை நிலவி வருவதென அறிய முடிகின்றது.

சித்தர் வாக்குப் பொய்க்காது

சித்தர்கள் மன உறுதியும், மன ஒருமைப்பாடும் உடையவர்கள். இறைவன் மீது முழு அன்பும் நம்பிக்கையும் கொண்டு அவர்களுடன் பேசுபவர்கள்.

"கிறித்தவ மதத்தில் கூறப்படும் ஏசுபிரான் தமது தந்தையுடன் இந்து மதத்தில் கூறப்பட்டுள்ள தியானத்தின் மூலம் தொடர்பு கொண்டு பேசியவர்" என்று திரு. குளத்துமணி சோதிடர் கூறுகின்றார். "ஏசுவே ஒரு சித்தர்"

என்றும் இவர் கூறுகின்றார். இவர் செய்த பல அற்புதங்கள் பைபிளில் கூறப்பட்டுள்ளன.

முக்காலத்தினையும் ஆராய்ந்தறியும் வல்லமை படைத்த சித்தர்களின் வாக்குப் பொய்க்காது என்ற கருத்து மக்களிடையே நிலவி வருகின்றது. 'தெய்வ வாக்குப் பொய்த்தாலும் சித்தர் வாக்குப் பொய்க்காது' என்று மக்கள் நம்பி வருகின்றனர். இதற்கு உதாரணமாக சிலவற்றைச் சொல்லலாம்.

கடையநல்லூர் ஸ்ரீகரடிச்சித்தர் ஊமையைப் பேச வைத்துள்ளார். திருமணம் ஆகாத கன்னிகைகட்கு திருமணம் நடத்தி வைத்திருக்கிறார்கள். மக்கட்பேறு இல்லாதவர்கட்கு குழந்தை வரம் கொடுத்திருக்கிறார்கள். தீய குணங்கள் உள்ளவர்களையும், கெட்டவர்களையும் தம் ஆன்மீகப் பேச்சினால் நல்லவர்களாக மாற்றியுள்ளார்கள். இவருக்கு முன்பு இறைவனே வந்து பேசியதை ஒரு சிலர் நேரில் கண்டுள்ளனர். இந்த அனுபவத்தினை ஒரு அன்பர் பின்வருமாறு கூறுகிறார். 'நாங்கள் ஸ்ரீகரடிச் சித்தருடன் நான்கு வருடங்களுக்கு முன் சித்திரை மாதப் பிறப்பன்று காலையில் திருச்செந்தூருக்குச் சென்றோம். பயங்கரமான கூட்டம். இந்தக் கூட்டத்தில் எப்படி இறைவனை தரிசிக்கப் போகிறோம் என்று கவலைப்பட்டோம். எங்கள் மன உணர்வை புரிந்து கொண்ட ஸ்ரீகரடிச் சித்தர் எங்களைப் பார்த்து புன்னகைத்தார். சில நிமிடங்களில் சன்னிதானத்திலிருந்து 12 வயது பாலகன் வேடத்தில் முருகன் காவி வேட்டியும், உருத்திராட்சமும் அணிந்து கொண்டு கை நிறைய அர்ச்சனை பூக்களுடன் சித்தரிடம் வந்து பூவைக் கொடுத்தார். முருகன் அவரிடம் "என்னைக் காட்டிக் கொடுக்காதே என்று கூறிவிட்டுச் சென்றாராம். ஆனால் அவர் எங்களிடம் முருகனைப் பற்றிச் சொல்ல நினைத்தவுடனேயே அந்த பாலகன் மாயமாய் மறைந்து

விட்டார்" என்று ஒரு அன்பர் தனது அனுபவத்தினைக் கூறுகின்றார்.

'எனது மகனுக்கு பி.காம் படிக்க முதலில் ஆழ்வார்குறிச்சி பரம கல்யாணி கல்லூரியில் இடம் கிடைக்காது என்று சொல்லிவிட்டார்கள். என்ன செய்வது என்று தெரியாமல் ஸ்ரீகரடி சித்தரிடம் போய் என் மகனுக்கு படிப்பில்லாமல் போய்விடுமோ என்று சொல்லி கதறி அழுதேன். 'திங்கட்கிழமை உங்கள் மகனை வரச் சொல்லி கடிதம் வரும்' என்றார். என்ன ஆச்சரியம்! அய்யா சொன்னது போலவே தபால் வந்தது. என் மகனைக் கல்லூரியில் சேர்த்துவிட்டு வந்தோம். அவனும் அய்யாவின் அருளினால் நன்கு படிக்கின்றான். "எங்கள் குடும்பத்தில் ஒவ்வொரு நிகழ்ச்சியும் ஸ்ரீகரடிச் சித்தரின் அருளினால் நடந்தது." என்று ஒரு அம்மையார் தமது அனுபவத்தைக் கூறுகிறார்.

பொதிகை மலையில் வாழ்ந்து தவம் புரிந்த 'ரோமரிஷி' என்ற சித்தரைப் பற்றி ஒரு அறிஞர் தம் நூலில் எடுத்துரைத்துள்ளார். உடம்பெல்லாம் கரடி போல் ரோமம் மிகவுடைய சித்தர் ரோமரிஷி. இவரைக் கரடி மயிர்ச் சித்தர் என்பர். ரோமரிஷியின் தந்தை செம்படவன், தாய் குறத்தி என்று எடுத்துரைக்கிறார். இதிலிருந்து ரோமரிஷி என்றழைக்கப்படும் கரடிச் சித்தர் கடையநல்லூரில் இன்றும் மக்களிடையே வாழ்ந்து கொண்டு மக்களுக்கு வழிகாட்டுவதாக மக்கள் நம்புகின்றனர் என்ற கருத்தை அறிய முடிகின்றது.

தென்காசிக்கு அருகிலுள்ள இலஞ்சி என்ற கிராமத்தில் திரு.நாராயண அய்யர் என்ற ஜோதிடர் ஒருவர் இருந்தார். இவர் தூத்துக்குடிக்கு அருகிலுள்ள முக்காணி என்ற ஊரில் பிறந்தவர். உயர்குலத்தில் பிறந்திருந்தாலும் இவர்

அனைத்து தரப்பு மக்களிடமும் மிக எளிய இனிய முறையில் சிறு வயதிலிருந்தே அன்புடன் பழகுபவர்.

ஏழை எளிய பாமர மக்களுக்குத் தன்னால் இயன்ற அனைத்து உதவிகளையும் செய்பவர். இவருக்கு கோமதி என்ற பெயருடைய மனைவியும், மூன்று ஆண் பிள்ளைகளும், ஒரு பெண் பிள்ளையும் உண்டு. இவரது செயல் அனைத்துமே 'சித்தன் போக்கு சிவன் போக்கு' என்றுதான் இருக்கும். இவர் கோமதி அம்பிகையின் உபாசகர். நவராத்திரி ஒன்பது நாட்களும் சுத்தமாக விரதமிருந்து எதையும் உண்ணாமல் அன்னையை வழிபடுபவர். தினமும் 3 சிறு பெண் குழந்தைகட்கு, அன்னைக்கு நைவேத்யம் செய்த பிரசாதத்தைத் தந்துவிட்டு அந்த குழந்தைகட்கு கொடுத்த அதே அளவு பிரசாதத்தை மட்டுமே இரவில் உண்பார்.

இவருக்கு ஆரம்ப காலத்தில் ஒரு வேலையும் தெரியாதாம். எதையும் 'அம்மா பார்த்துக் கொள்வாள்' என்று கூறிவிட்டுத் தான் செய்வாராம். அம்மாவை (கோமதியம்மை) தினமும் உரிமையுடன் திட்டுவாராம், கொஞ்சுவாராம். ஒருநாள் திடீரென்று அதிகாலையில் கோமதியம்மை சிறு பெண் வடிவில் வந்து இவருக்குக் காட்சி தந்ததாம். ஒரு ஓலைச் சுவடியை இவருக்குத் தந்தாளாம் அன்னை. 'இன்றிலிருந்து ஜோதிடக் கலையை யாம் உனக்குக் கற்றுத் தந்தோம். உனது வாக்கு எங்கு சென்றாலும் பலிக்கும்' என்று கூறி அன்னை மறைந்து விட்டாளாம். அன்றிலிருந்து அவர் ஜோதிடம் கூற ஆரம்பித்துவிட்டார். பல பேர்களுக்கு பிடித்திருந்த பேய், பிசாசு, பில்லி சூனியங்களை அகற்றிக் கொடுத்துள்ளாராம். குழந்தை இல்லாதவர்கட்கு அன்னையிடம் வேண்டி குழந்தை வரம் தந்துள்ளாராம். வாஸ்து சாஸ்திரப்படி வீட்டை மாற்றியமைக்க பலருக்கு உதவியுள்ளாராம்.

உதாரணமாக, ஸ்ரீபராசக்தி மகளிர் கல்லூரியில் தமிழ்ப் பேராசிரியையாகப் பணிபுரிந்த திருமதி.சசிகலா அவர்கட்கு திரு,நாராயண அய்யரைப் பற்றி மிக நன்றாகத் தெரியும்.

இவரை 'நினைவில் வாழும் தெய்வம்' 'திரிகால ஞானி' என்றெல்லாம் கூறுவார்கள். சசிகலா மேடத்தின் குடும்ப குல தெய்வத்தை இவர்தான் கண்டுபிடித்து அறிவித்தாராம். இவர்கட்கு நீண்டகாலம் கழித்து கட்டாயம் ஒரு பெண் குழந்தை பிறக்குமென்று இவர் தான் கூறினாராம். இதற்காக இவர் பல காலம் கடுமையாக அன்னையிடம் வேண்டியுள்ளார் என்று ஒரு அன்பர் இவரைப் பற்றிக் கூறுகின்றார்.

திரு. மிஸ்டிக் செல்வம் அவர்கள், திரு. நாராயண அய்யர் எனது குருநாதர் ஆவார்; அவரது ஆசியாலும், திருவருளாலும் தான் நான் இன்று ஆன்மீக ஆராய்ச்சியில் சிறந்து விளங்குகின்றேன் என்று கூறுகின்றார்.

'ஆத்தாளை பூசித்தோன் அவனே சித்தன்' என்று ஒரு சித்தர் கூறுகின்றார். இதற்கேற்ப 'அனைத்துமே அன்னையின் அருள்' என்று கருதி தன் வாழ்க்கையைப் பலருக்கும் பயன்படும் வகையில் பக்குவப்பட்ட மனநிலையுடன் அனைவரும் சமம் என்ற நோக்கில் வாழ்ந்த திரு.நாராயணரையும் ஒரு சித்தர் என்றே கருத இடமிருக்கின்றது. இவரது வாழ்க்கை வரலாற்றில் நடந்த ஒரு சிலவற்றை மட்டுமே இங்கு ஆய்வாளர் விளக்கியுள்ளார். அனைத்தையும் எடுத்துரைப்பது என்பது இயலாத காரியம். ஏனெனில் இவரும், இவருடனிருந்த பலரும் இன்று இல்லை.

சித்தர்கள் மருத்துவம், ஜோதிடம், வானசாஸ்த்திரம், இலக்கியம் போன்ற பலவற்றிலும் சிறந்து விளங்கியவர்கள். இவர்கள் கலிகாலம் எப்படியிருக்கும் என்று பல்லாயிரம் ஆண்டுகட்கு முன்பே எடுத்துரைத்துள்ளனர்,

"யுகமாறிப் போச்சுதடா கலியுகத்தில்

யோகியவன் நிலைமாறிப் புரண்டு போவான்

தீராத புயல்களெல்லாம் தின முண்டாகும்

தீக்கக்கு எரிமலைகள் சிரிப்புக் கூடும்

தேராத நோய்களெல்லாம் தினமுண்டாகும்

திசை கலங்கும் பூகம்பத் திறமே சாடும்

நேரான நெறியெல்லாம் நடுங்கியோடும்

நெறியில்லா நெறியெல்லாம் நிறைந்துலாடும்

தெய்வமெல்லாம் விண்ணோடிப் போகும் போகும்

தீமையெல்லாம் மண்ணகத்தின் தெருக் கூத்தாகும்

உய்யுமுண்மை ஊத்துண்மை யோடிப் போகும்

உலக உண்மை விஞ்ஞானம் கூடி வேகும்

ஜயமில்லை எனவகங்காரந்தான் துள்ளும்

ஐயோ அகிலமெல்லாம் கள்ளம் கள்ளம்

துய்யநெறி காட்டி நின்றார் சித்தர் சித்தர்

தூலநெறி காட்டுகின்றார் எத்தர் எத்தர்"

என்கிறார் காரைச் சித்தர்.

பதினெட்டுச் சித்தர்களில் ஒருவர் கோரக்கர். இவர் பொதிகை மலையில் தமது குருநாதர் மச்சேந்திரருடன் வாழ்ந்து தவமியற்றியுள்ளார். இவர் இயற்றிய நூல்கள் பல. இவற்றில் ஒன்று 'சந்திர ரேகை' என்ற நூல். இது 200 பாடல்கள் கொண்டது.

கோரக்கர் இந்தியாவைப் பற்றி தன் ஞான திருஷ்டியால் கண்டு இந்நாட்டை வெள்ளையன் ஆள்வான் என்றும் நம்மவருக்குப் பலவகை துன்பம் தருவான் என்றும் கீழ்கண்டபடி பாடியுள்ளார்.

"எங்கெங்கும் சாதுக்கள் ஏக கூட்டம்

ஏழைகளுக்கு தவியாய் எய்தி நிற்பர்

பங்கமுடன் பாவி வெள்ளை பாதகன் தான்

பக்தர்களை சிறை கொள்வான் பட்டமின்றி

மயங்கி செகத்தீசனையே பச்சிப்பார் கூவி

மானிலம் தான் பிரளயம் போல் மயங்கிகாணும்"

என்று கூறிய அவரே வெள்ளையன் அரசிழந்து போவான் என்றும் கீழ்கண்ட பாடல் மூலம் கூறியுள்ளார்.

"தொல்லையுடன் நம்மவரை தொந்தரித்து

தோன்ற இடர் கொலை சமராய வதைக்கும் நாளில்

வெல்லமளிப் போல் லோகம் புரண்டே நின்று

வெகுவாக சீணிக்கும் செகத்திலே தான்

அல்லல் செய்யும் அரசனெனும் வெள்ளை சுவேதன்

அரசிழப்பானிது நாளொன்றறியலாமே"

என்றார்.

கடந்த 1196ம் வருடம் ஒர் வால் நட்சத்திரம் தோன்றி குரு கிரகத்தின் மேல் மோதுமென்று வானிலை வல்லுநர்கள் கூறினர். அதே போல் நடந்ததைப் படம் பிடித்தும் காட்டினர். அதே நேரத்தில் வடமாநிலத்தில் 'பிளேக்' என்ற நோயால் பலர் மாண்டனர். துன்புற்றனர். இதைக் கோரக்கர் கீழ்க்கண்டபடி பாடியுள்ளார்.

"அந்தநாள் அக்காலம் நமது நாட்டில்

அனேக வித பஞ்சங்கள் அவஸ்தை மெத்த

சந்தேகமில்லாமல் சாட்டிப்போ

சாற்றிடுவேன் ஆகாசம் தன்னிற் களங்கம்

விந்தையுடன் நட்சத்திரம் ஒன்று தோன்றி

வெட்டவெளி பிரகாசம் வெகுவாஞ் சோதி

மந்தமின்றி வால் நீண்டு மதிமேல் நிற்கும்

மானிடர்கள் பிணி பலவால் மாள்வார்"

என்கிறார்.

இதன் மூலம் குஜராத்தில் பலர் பிளேக் நோயால் மாண்டதும், தமிழ்நாட்டில் மழையின்றி பஞ்சம் வந்ததும் இப்பாடல் மூலம் அறிய முடிகிறது. ஒரு அன்பர் கோரக்கரின் வாக்குப் பொய்க்காமல் நடந்தது பற்றி எடுத்துரைக்கிறார். 1998ம் வருடம் மாலைமலர் - 'ஜோதிடமலர்' தீபாவளி மலரில் 'அன்று சொன்னது... இன்று நடந்தது' என்ற தலைப்பில் கோரக்கரைப் பற்றி மேற்கண்ட செய்தி ஒரு பக்கத்தில் வெளிவந்ததையும் இவர் குறிப்பிட்டுள்ளார்.

'இளையரசனேந்தல்' என்ற ஊரில் 'பேப்பர் சுவாமிகள்' என்று ஒருவர் இருந்தாராம். பார்ப்பதற்கு மிகவும் அழுக்கான உடைகள் அணிந்து கொண்டு பைத்தியக்காரனைப் போல காணப்படுவாராம். கிழிந்த தேவையில்லாத குப்பைக் காகிதங்களை பத்திரப்படுத்தி மூட்டை மூட்டையாக சேமித்து வைப்பாராம். தினமும் மூட்டையை சுமந்து கொண்டே செல்வாராம். இவர் இலஞ்சியில் வசித்த நாராயணரைப் பார்க்கும் போதெல்லாம் புன்னகைத்து விட்டு, 'யானைக் குளிப்பாட்டி' என்று கூறிச் செல்வாராம். அவர் கூறியதை நாராயணர் மட்டும் புரிந்து கொள்வாராம். பிற்காலத்தில் நாராயணர் தவணையில் உள்ள பிள்ளையார்

கோவில் அர்ச்சகராகப் பணியாற்றப் போகிறார் என்பதை முன்பே அறிந்து கொண்டு 'யானைக் குளிப்பாட்டி' என்று கூறியுள்ளார்.

சென்னையில் உள்ள ஒரு சித்த ஜோதிடர் போகர், அகத்தியர் ஓலைச் சுவடியில் தமிழ்நாட்டில்

ஆட்சியாளர்களைப் பற்றிக் குறிப்பிட்டுள்ளதைக் கூறுகின்றார். இதைப் பற்றி ஒரு இதழிலும் செய்தி வெளிவந்துள்ளது. சித்த ஜோதிடர் பாடலின் விளக்கச் சுருக்கத்தையும் கூறியுள்ளார். அவர் சிரவண நட்சத்திரத்துக்காரர். சத்திரிய வம்சத்தைச் சேர்ந்தவர். அந்தணப் பெண்மணியை திருமணம் செய்திருப்பார். இவர் ஜாதகத்தில் மகுட யோகம் இருக்கிறது. இளமையிலேயே புகழ் பெறுவார். நாட்டை ஆள்வார். இது போகர் நாடியில் வருகின்ற குறிப்பு. அடுத்த செய்யுள் தஞ்சை அரண்மனை வியாகரண சாஸ்திரத்தில் இடம் பெற்றிருக்கிறது. அதன்படி தமிழ்நாட்டில் அந்தணர் (ராஜாஜி) ஆட்சி நடந்தபின், முதலியார் வம்சத்தைச் சேர்ந்தவர்கள் ஆட்சிக் கட்டிலில் அமருவார்கள். பிறகு ஆரூரான் (கலைஞர்) ஆட்சி நடக்கும். அதற்குப் பிறகு ஒரு மங்கையின் ஆட்சி நடந்து, மறுபடி ஆரூரான் ஆட்சி வரும். இந்த வேளையில் ஒரு மராட்டியர் அரசியல் பிரவேசம் செய்து ஆட்சிக் கட்டிலில் அமர்வது பிசகில்லாமல் நடக்கும். 'விக்கிரம' வருடத்தில் இது நிறைவேறும் என்று கூறினார்.

மேற்கூறிய கருத்திலிருந்து சித்தர்கள் இந்தியாவில் வருங்காலத்தில் வரக்கூடிய அரசியல் மாற்றங்களையும் ஆட்சிப் பீடத்தில் அமரக் கூடியவர்களையும் பற்றிய செய்திகளை பல்லாயிரக்கணக்கான ஆண்டுகளுக்கு முன்பே ஓலைச் சுவடிகளில் குறித்து வைத்துச் சென்றுள்ளனர் என்பதும் சித்தர்களின் வாக்குப்படியே அனைத்தும் தற்போது நடந்து வருகின்றது என்பதையும் அறிய முடிகின்றது. இதிலிருந்து 'சித்தர் வாக்குப் பொய்க்காது; அவர்கள் முக்காலமும் உணர்ந்தறிந்த ஞானிகள்' என்ற கருத்தையும் அறிய முடிகின்றது.

பிற நம்பிக்கைகள்

சித்தர்களின் சக்தி அளப்பரியது. இதை உணர்ந்தோர் பலரும் மக்களிடையே உள்ளனர். சித்தர்கள் என்போர் யாரோ எங்கோ இருப்பவரல்லர். மனிதர் தமக்குள்ளே உள்ள ஆத்ம சக்தியை எழுப்ப வேண்டும். தினமும் தெய்வ நம்பிக்கையுடன் தியானம் செய்ய வேண்டும். மனித உடலுக்குள் உள்ள மூலாதாரம், சுவாதிட்டானம், மணிபூரகம், அனாகதம், விசுத்தி, ஆக்ஞா என்ற ஆறு ஆதாரங்களிலும் வாசியை நெறிப்படுத்தி நிலை நிறுத்தினால் குண்டலினி சக்தி மேலெழும்பி புருவமத்தியிலுள்ள சிவத்துடன் கலக்கும் போது 'ஜோதி' தோன்றும். இதுவே 'சிவசக்தி ஐக்கியம்' ஆகும் நிலை. இந்தப் பேரானந்தத்தை எவராலும் விரித்துரைக்க முடியாது. இவ்வாறு தொடர்ந்து செய்தால் எவரும் சித்த நிலையை அடையலாம். அட்டமா சித்திகளும் கைகூடும். அனைத்தையும் அறியும் ஆற்றல் கிட்டும் என்று ஒரு அன்பர் கூறுகிறார். மேலும் இவர் மனிதர் யாவரும் சித்தர்களுடன் தொடர்பு கொள்ள முடியும். இதற்கு உடல் மற்றும் உள்ளத் தூய்மை மிகவும் அவசியம் என்கிறார்.

தனது 'ஆன்மீகத் திறவுகோல்' என்ற நூலில் 'சித்தர்களுடன் தொடர்பு கொள்ள வேண்டுமா?' என்ற ஒரு கட்டுரையையும் எழுதியுள்ளார். இதில் சித்தர்களைப் பற்றியும் அவர்களுடன் தொடர்பு கொள்ள வேண்டிய முறை பற்றியும் கூறியுள்ளார். ஒரு திருவிளக்கை எட்டடி தூரத்தில் வைக்க வேண்டும். விளக்கில் பசு நெய் விட்டுத் தாமரை நூல் திரி போட்டு எரிய விட வேண்டும். ஆசனத்துணி (அ) பலகையில் அமர வேண்டும். புருவ மையத்திற்கு நேர் கோட்டில் அந்த விளக்கு எட்டு அடி தூரத்தில் தெரிய வேண்டும். ஒரு சிறு காசிச் செம்பில் நீரும் விளக்கின் முன் வைக்க வேண்டும். உங்களுக்கு எந்த சித்தர் பிரியமோ அவர் பெயரை மனதால் உச்சரிக்க வேண்டும். சித்தர்களுக்கான ISD கோடு வார்த்தை இது தான்.

'ஓம் சிங் ரங் அங் சிங்'

மேற்படி மந்திரம் 'ஞானக் கோவை' என்னும் ஏட்டில் குறிப்பிடப்பட்டுள்ளது. அனுபவத்திலும் அனேகரால் உணரப்பட்டது. மேற்படி மந்திர வார்த்தையை அமைதியாக மனதால் ஜெபித்து கண்களால் தீபத்தைப் பார்த்து வந்தால் பூர்வ ஜென்ம வினைப்படி 90 தினங்களுக்குள் சித்தர் தொடர்பு உண்டாகும்.

சித்தர்களுக்கு குலம் கோத்திரம் உண்டு. இச்சித்தர்கள் நமது மூதாதையர் என்றும், இதில் எவரேனும் ஒருவர் கண்டிப்பாக நம் உறவினர்களாக இருப்பர் என்றும் கூறப்படுகிறது. தியானத்தில் ஒரு நிலையை அடைந்த பின் தான் நாம் எந்தச் சித்தர் குழுவைச் சேர்ந்தவர் என்பதும் விளங்கும். ஞானக் கோவை என்னும் சித்தர் பாடல்களைப் படித்தால் அதில் உள்ள சித்தர்களில் யாராவது ஒரு சித்தரிடம் உங்களுக்கு ஒரு ஈர்ப்பு சக்தி ஏற்படும் என்று தம் நூலில் கூறியுள்ளார்.

ஆய்க்குடி கம்பளி மலைக்கு அருகில் வசித்து வருபவர் திரு.மாடசாமி. இவர் கடலை வியாபாரம் செய்பவர். இவருக்குச்சிறுவயதிலிருந்தேபலகெட்டபழக்கவழக்கங்கள் உண்டாம். இவருக்குத் திருமணம் முடிந்த பின்னர் ஆய்க்குடி கம்பளி மலைக்கு ஒருமுறை வந்தாராம். அங்குள்ள சித்தர்கள் வசித்து வரும் குகைக்குச் செல்ல ஆசைப்பட்டுள்ளார். ஆனால் அங்கு செல்வது எளிதல்ல என்று பலரும் கூறியுள்ளனர். இவர் சிறந்த முருக பக்தர். தோரண மலைக்கு அடிக்கடி செல்வாராம். அங்கு சென்று ஒருமுறை முட்டி மோதி அழுதாராம். தலையில் நிறைய குருதி வடிந்ததும் அவர் அழுது கொண்டேயிருந்தாராம். அவருக்கருகில் ஒரு மயில் வந்து நின்றதாம். உடனே அவர் கம்பளி மலைக்கு வந்தாராம். அங்குள்ள சுவாமிகளைச் சந்தித்தாராம். சுவாமிகள் இவரைக் குகைக்குள் நீ செல்லலாம் என்று கூறினாராம். உடனே அவர் குகைக்குள்

சென்று சித்தர்களை தரிசித்துவிட்டு வந்தார் என்று மக்கள் கூறுகின்றனர்.

மேலும் இவரது வீட்டில் மூன்று சித்தர்கள் இருந்து கொண்டு வழிகாட்டுகின்றனர் என்ற கருத்தும் நிலவுகின்றது. இதைப்பற்றி திரு.மாடசாமி கூறும் போது, "எனது மனைவிக்கு நிறைய நோய்கள் உண்டு. நான் கடலை விற்கச் சென்று விடுவதால் அவளைக் கவனிக்க முடியாது. நான் கம்பளி மலை குகைக்குச் சென்று விடுவதால் அவளை கவனிக்க முடியாது. நான் கம்பளி மலைக் குகைக்குச் சென்று சித்தர்களிடம் வேண்டிய போது உனது மனைவியைப் பற்றிக் கவலைப்படாதே! நாங்கள் பார்த்துக் கொள்கிறோம் என்று கூறினார்கள். அன்றிலிருந்து எங்கள் வீட்டில் சித்தர்களின் சக்தி இருப்பதை நாங்கள் உணர்கிறோம். சித்தர்களின் மீது முழு அன்பும், நம்பிக்கையும் மன உறுதியும் நமக்கு வேண்டும்" என்று கூறுகின்றார்.

இருபத்தேழு நட்சத்திரத்தில் பிறந்தவர்களுள் ஒரு சில நட்சத்திரத்தில் பிறந்தவர்கட்கு மட்டுமே சித்தர்களுடன் தொடர்பு கொள்ளும் பேறு விரைவில் கிட்டும் என்ற நம்பிக்கையும் மக்களிடையே நிலவி வருகின்றது. புனர் பூசம், விசாகம், சுவாதி, கேட்டை போன்ற நட்சத்திரத்தில் பிறந்தவர்கட்கு தானாகவே அவர்கள் செய்த பூர்வ புண்ணிய வினைப் பயன்களின் படி சித்தர்களின் தொடர்பு கிட்டும் என்று ஒரு அன்பர் தமது கருத்தைக் கூறுகின்றார்.

சித்தர்களின் அரிய எளிய தத்துவங்கள் இன்னும் அனைத்துத் தரப்பு மக்களையும் சென்றடையயவில்லை. இதற்கு முக்கியக் காரணம் அவர்களது பாடல்களில் உள்ள 'மறைபொருள்' கருத்துக்களாகும். மறைபொருளாகக் கருத்துகளை கூறியதற்கும் பல காரணங்கள் மக்களிடையே நிலவி வருகின்றன.

குற்றாலம் சங்கராஸ்ரமத்தில் சித்த வித்தை பயின்று வருகின்ற திரு. செல்லத்துரை அவர்கள் ஒரு காரணத்தைக்

கூறுகின்றார். "பதினெண் சித்தர்கள் தாங்கள் எழுதிய ஞானம், வைத்தியம், வாதம் கலந்த பாடல்களை பொதிகை மலையில் தான் ஆராய்ச்சி செய்து பிற சித்தர்கள் முன்னிலையில் அரங்கேற்றியுள்ளனர். பரிபாசையில் எழுதிய பாடல்களை மட்டுமே அனுமதித்தனர். வெளிப்படையாகக் கருத்துத் தோன்றும் வகையில் யாராவது ஒரு சித்தர் எழுதினால் அந்தப் பாடல்களை சித்தர்கள் சபித்துவிடுவார்கள். இப்படி சபிக்கப்பட்ட ஓலைச் சுவடிகள் பாறையோடு பாறையாக பல குகைகளில் ஒளித்து வைக்கப்பட்டிருக்கின்றன. ஆதியில் உலகம் முழுவதும் பேசப்பட்ட ஒரே மொழி தமிழ்தான். இந்த ஆதி தமிழை வளர்த்தவர்கள் இந்த பொதிகை மலைச் சித்தர்கள்" என்று கூறுகின்றார்.

மற்றொரு அன்பர் சித்தர்களின் தத்துவங்கள் அனைத்துத் தரப்பு மக்களுக்கும் சென்று அடையாததற்குக் காரணம் கூறுகின்றார். "மக்களுக்கு சித்தர்கள் மீது முழுநம்பிக்கை இல்லை. மக்களின் வினைப்பயன் சித்தர்களுடன் தொடர்பு கொள்ள வழிவகுக்கிறது. மெய், மனம், வாக்கு இவற்றால் பிறருக்குக் கெடுதல் செய்யாமலிருந்தால் சித்தர்களின் அருளும், தொடர்பும் அவர்கட்கு விரைவில் கிட்டும். தீவிர நம்பிக்கையுடன் முயற்சி செய்தால் பலன் விரைவில் கிட்டும் என்று கூறுகின்றார்.

சித்தர்களின் சோதனை பற்றி ஒரு அன்பர் தமது கருத்தைக் கூறுகின்றார். "சித்தர்கள் தாம் சொல்ல வருகின்ற கருத்துக்களை தலைமாறி, கால்மாறித் தான் சொல்வார்கள். வைத்தியம் பற்றிப் பாடும் போது அதைப் பாதியில் நிறுத்திவிட்டு ஞானத்தைப் பாடுவார்கள். அதையும் முழுமையாகப் பாடுவதில்லை. அதையும் அரைகுறையாக விட்டுவிட்டு மக்களைச் சோதிப்பதற்காக மந்திரங்களையும், மை வேலைகளையும் சித்து விளையாடுவது பற்றியும் பாடி குழப்பத்தில் மக்களை ஆழ்த்திவிடுவார்கள். எவனொருவன்

ஆசைகள் இல்லாமல் ஞான மார்க்கத்தை மட்டும் தன் குறிக்கோளாகக் கொண்டு படிக்கிறானோ அவனுக்கு எல்லா இரகசியங்களையும் புரியும்படிச் செய்வார்கள்" என்று கூறுகின்றார்.

இதிலிருந்து சித்தர்கள் மக்களைச் சோதித்துப் பார்ப்பார்கள். இருப்பினும் நாம் இடைவிடாமல் முழு அன்புடனும், நம்பிக்கையுடனும் முயன்றால் எளிதில் அவர்களுடன் தொடர்பு கொண்டால், அவர்களது அரிய தத்துவங்களை மக்களுக்கும் புரிய வைப்பார்கள் என்ற கருத்து மக்களிடையே நிலவி வருவதை அறிய முடிகின்றது.

சித்தர்களுக்கு குடும்பம் உண்டு என்ற கருத்து நிலவி வருகின்றது. சித்தர்களுக்கு குடும்பம் உண்டு என்பது பற்றி ஒரு அறிஞர் தம் நூலில் 'கோரக்கர் அருளிய முத்தாரம் 91ல்' காணப்படுவதை எடுத்துரைக்கின்றார். சித்தர்கள் இல்லறத்தில் இருந்து கொண்டே ஞான மார்க்கத்திற்கு முயன்று வெற்றியும் பெற்றுள்ளனர். சித்தர்களுக்கு இறப்பு கிடையாது என்ற கருத்தும் அறியப்படுகின்றது.

இவற்றிலிருந்து சித்தர்கள் பலர் மக்களிடையே வாழ்ந்து கொண்டு மக்களுக்கு வழிகாட்டிகளாகத் திகழ்கின்றனர் என்ற கருத்து மக்களிடையே நிலவி வருவதனை அறிய முடிகின்றது.

சித்தர்களுடன் அனைத்துத் தரப்பு மக்களும் (ஆண், பெண்) முழு அன்பும், நம்பிக்கையும் கொண்டு மன உறுதியுடன் சித்தர்களுக்குரிய மந்திர வார்த்தையை உச்சரித்தால் எளிதில் தொடர்பு கொள்ள முடியும் என்ற நம்பிக்கையும் மக்களிடையே நிலவி வருகின்றது என்பதையும் அறிய முடிகின்றது.

சித்தர்கள் தமது ஞான திருஷ்டியால் நமது நாட்டில் ஏற்படப் போகும் அரசியல் மாற்றங்களைப் பற்றியும், ஆட்சி பீடத்தில் அமரக் கூடியவர்களைப் பற்றியும் அறிந்து

அவற்றை குறிப்புகளாக ஓலைச் சுவடிகளில் விட்டுச் சென்றுள்ளனர். சித்தர்களுக்கு குடும்பம் உண்டு என்பதும் இவர்கள் பல்லாண்டு காலம் வாழ்ந்து மக்களுக்கு உதவி வருகின்றனர் என்பதும் அறியப்படுகின்றது.

சித்தர்களுடன் முழு அன்புடனும், நம்பிக்கையுடனும் தொடர்பு கொண்டால் மக்களுக்கு அவர்கள் பல வகையிலும் உதவிகளைப் புரிவார்கள் என்ற நம்பிக்கையும், 'சித்தர் வாக்குப் பொய்க்காது' என்ற நம்பிக்கையும் மக்களிடம் நிலவி வருவதை அறிய முடிகின்றது.

சித்தர்களின் அரிய தத்துவங்கள் அனைத்து தரப்பு மக்களையும் சென்றடையாததற்கு முக்கியக் காரணங்களாக 'சித்தர்களின் மறைபொருள் பாடல்களும், மக்களுக்கு சித்தர்களின் மீது முழு நம்பிக்கையின்மையும், வினைப் பயனுமே' என்ற நம்பிக்கையும் மக்களிடம் நிலவி வருகின்றது.

தூய அன்புடன், தூய மனத்துடன் மெய், வாக்கு, மனம் இவற்றால் பிறருக்குக் கெடுதல் நினைக்காமல், செய்யாமல் வாழ்ந்து தக்க முயற்சியும் பயிற்சியும் செய்தால் அனைத்து மனிதராலும் 'சித்தர்' என்ற நிலையை அடைய முடியும். இதற்கு குருவருளும், திருவருளும், சரியான காலமும் பொருந்தி வர வேண்டும் என்ற நம்பிக்கையும் மக்களிடம் நிலவுகின்றது.

ஒரு சிலர் சித்தர்களின் அருளையும், சக்தியையும் அனுபவபூர்வமாக உணர்ந்து கொண்டு பிறருக்கும் எடுத்துரைக்கின்றனர். ஒரு சில மக்கள் 'சித்தர்' நிலையை அடைவதற்குத் தகுந்த பயிற்சி முறைகளைக் கடைபிடித்தும் வருகின்றனர். இதில் ஒரு சிலர் வெற்றியும் கண்டுள்ளனர்.

சித்தர்களின் தத்துவங்களை, அவர்கள் கூறிய நெறிமுறைகளைப் புரியக் கூடிய பக்குவமுடைய மாந்தர்கள் எளிதில் புரிந்து உணர்ந்து கொள்வார்கள். புரிய

இயலாதவர்களுக்கும் அவர்கட்கு உரிய கால நேரம் சரியாகப் பொருந்தி வரும்போது எளிதில் புரிந்து கொண்டு உணர்வதற்குச் சித்தர்களே முன்வந்து உதவுவார்கள் என்ற நம்பிகையும் மக்களிடம் நிலவுகின்றது.

7. ஆய்வின் முடிவுகள்

தொல்காப்பியத்திலும், சங்க இலக்கியங்களிலும் 'சித்து', 'சித்தர்' என்ற சொற்கள் காணப்படவில்லை. 'சித்தர்' என்ற சொல் வழக்கு சைவத் திருமுறைகளிலேயே முதன் முதலாக இடம் பெறுகிறது. சித்தர் பாடல்களிலும் பிற பக்தி இலக்கியங்களிலும் சித்தருக்குரிய விளக்கக் குறிப்புக்கள் இடம் பெற்றுள்ளன. 'பதினெண் சித்தர்கள்' என்ற பொதுவான மரபு கூறப்பட்டாலும் பல நூறு சித்தர்கள் வாழ்ந்து வருகின்றனர் என்பதையும் அறிஞர்கள் கூறுகின்றனர்.

சித்தர்களைப் பற்றி எழுதிய ஒரு சில அறிஞர்களின் நூல்களிலிருந்து கிட்டிய தகவல்கள், கதைகள் ஆகியவற்றின் அடிப்படையில் பொதிகை மலைச் சித்தர்களின் வரலாறு ஓரளவிற்கு இங்கு விளக்கப்பட்டுள்ளது. பொதிகைமலைச் சித்தர்கள் தம்மையொத்த பிற சித்தர்களையும் கண்டு குளிகை பெறும் முறைகளையும், இரசவாத வித்தையையும் தெரிந்து வைத்து தம்முள் பரிமாறிக் கொண்டுள்ளனர். சித்தர்கள் வேண்டிய போது வேண்டிய இடத்தில் தோன்றுவதால் இவர்களுக்கென்று வரலாற்று முறையில் வாழ்க்கை வரலாறுகள் தெளிவாக உறுதியாக எழுதப்படவில்லை என்பது குறிப்பிடத்தக்கது.

பொதிகைமலையில் பல நூறு சித்தர்கள் வாழ்ந்திருந்து தவமியற்றியுள்ளனர். அவர்களுள் அகத்தியர், புலத்தியர், கொங்கணர், இராமதேவர், ரோமரிஷி, கோரக்கர் போன்றோர் குறிப்பிடத்தக்கவர்கள். ஆசிரமங்கள் பலவற்றை அமைத்து மூலிகைகளை ஆராய்ந்தறிந்து மனிதர்களின் பிணியையும் போக்க அவற்றைப் பயன்படுத்தியுள்ளனர். இன்றும் ஒரு

சில சித்தர்கள் வாழ்ந்து மக்களுக்கு வழிகாட்டி வருகின்றனர். இதனைப் பலரும் தமது அனுபவபூர்வமாக உணர்ந்துள்ளனர். சித்தர்கள் பலரும் பொதிகைமலைப் பகுதிகளில் ஒரு சில இடங்களில் கோயில்களில் ஜீவசமாதி கொண்டு மக்களுக்கு அருள் பாலித்து வருகின்றனர்.

சித்தர்கள் தேவையற்ற மூடப்பழக்க வழக்கங்களையும் போலி பக்தியையும் வெறுத்தனர். 'ஒன்றே பரம் பொருள்' என்ற உறுதியான கொள்கைப் பிடிப்புடையவர்கள் என்பதை இவர்களின் பாடல்களை ஆழமாகப் பார்க்கும் போது அறிய முடிகின்றது. மனிதருக்கு உள்ளே உள்ள 'அதி அற்புத சக்தியை' உணர்ந்து கொண்டு தகுந்த பயிற்சியும், முயற்சியும் செய்து 'மனிதனும் தெய்வமாகலாம்' என்ற உயர்ந்த நிலையை மனிதன் அடைவதற்கான நெறிமுறைகளையும், வழிவகைகளையும் வரையறுத்துத் தந்துள்ளனர். இவர்கள் சாதி, சமய, இன, மொழி பேதங்களைக் கடந்து மனிதகுலம் அனைத்தும் மனித நேயத்துடன் மனிதனை மனிதனாக மதிக்கும் மனிதனை தெய்வ நிலைக்கு உயர்த்தும் புதிய புரட்சிகரமான 'சித்தாந்தத்தைக்' கண்டறிந்தனர். சித்தர்கள் வகுத்த நெறிமுறைகளை அனைவரும் உணர்ந்து கொண்டு வாழ்வில் கடைபிடித்தால் முழுவதுமாக சாதி, சமய பேதமற்ற சமுதாயத்தை விரைவில் படைக்க முடியும். இதற்கு மக்களின் 'மனமாற்றம்' மிகவும் அவசியமாகும். மேலும், மக்கள் தமது மன வலிமையின்மையையும், அதிக அளவு ஆசைகளையும் குறைத்துக் கொள்ள வேண்டும்.

பழமையான 'சித்த மருத்துவத்தில்' சிறந்த பல நற்பலன்கள் உள்ளன என்பதை மக்களுக்கு எடுத்துரைத்தவர்கள் சித்தர்கள். பொதிகை மலையில் உள்ள 'ஞான மூலிகைகளை' ஆராய்ந்தறிவதற்காகவும் குளிகை முறைகளை உருவாக்கவுமே இங்கு சித்தர்கள் பெருமளவு வந்து சென்றுள்ளனர் என்பதை அறிய முடிகின்றது. சித்த மருத்துவத்தில் 'மணி, மந்திரம், மருந்து' ஆகிய மூன்று

முக்கிய முறைகளை நோய் தீர்ப்பதற்குச் சித்தர்கள் பயன்படுத்தி வருகின்றனர். முறையாக நோயின் தன்மையையும், நோயாளியின் நிலையையும் அறிந்து சித்தர்கள் மருந்து தருவதால் நிரந்தரமாகப் பிணிகள் நீங்கி விடுகின்றன. மனிதர்களின் மனப்பிணிகளை நீக்குவதற்கும், உடற்பிணிகளை நீக்குவதற்குமுரிய மருந்துகளை ஆராய்ந்தறிந்து விளக்கியுள்ளனர். இன்றும் 'சித்த மருத்துவத்தில்' பல்வேறு ஆய்வுகள் நடந்து வருகின்றன. வெளி நாட்டினர் பலரும் சித்த மருத்துவத்தின் பயனை உணர்ந்து கொண்டு போற்றி வருகின்றனர்.

சித்தர்களுடன் அனைத்து தரப்பு மக்களும் (ஆண், பெண்) முழு அன்பும் நம்பிக்கையும் கொண்டு மன உறுதியுடன் சித்தர்களுக்குரிய மந்திர வார்த்தையை உச்சரித்தால் எளிதில் தொடர்பு கொள்ளமுடியும் என்ற நம்பிக்கை மக்களிடையே நிலவி வருகின்றது. சித்தர்கள் தமது ஞான திருஷ்டியால் பிற்காலத்தில் பாரத நாட்டில் ஏற்படப் போகும் அரசியல் மாற்றங்களைப் பற்றியும், ஆட்சி பீடத்தில் அமரக் கூடியவர்களைப் பற்றியும் அறிந்து அவற்றை ஓலைச் சுவடிகளில் குறித்துவிட்டுச் சென்றுள்ளனர். சித்தர்கள் பலரும் இல்லற வாழ்வில் இருந்து கொண்டே ஞான மார்க்கத்தினை நாடி வெற்றியும் பெற்றுள்ளனர் என்பதையும் அறிய முடிகின்றது.

'சித்தர் வாக்குப் பொய்க்காது; சித்தர்கள் சிரஞ்சீவிகள்' என்ற நம்பிக்கையும் மக்களிடையே நிலவுகின்றது. சித்தர்களின் அரிய தத்துவங்கள் அனைத்துத் தரப்பு மக்களையும் சென்றடையாததற்கு முக்கியக் காரணங்களாக 'சித்தர்களின் மறை பொருள் பாடல்களும், மக்களுக்கு சித்தர்களின் மீது முழு நம்பிக்கையின்மையும், வினைப் பயனுமே' என்ற நம்பிக்கையும் மக்களிடையே நிலவி வருகின்றது. தூய அன்புடன், தூய மனத்துடன் மெய், வாக்கு, மனம் இவற்றால் பிறருக்குக் கெடுதல் நினைக்காமல்,

செய்யாமல் வாழ்ந்து, தகுந்த முயற்சியும், பயிற்சியும் செய்தால் அனைவராலுமே 'சித்தர்' என்ற நிலையை அடைய முடியும். இதற்கு குருவருளும், திருவருளும், சரியான காலமும் பொருந்தி வர வேண்டும் என்பதையும் அறிய முடிகின்றது. எண்ணங்களும், செயல்களும் நல்லவையாக இருந்தால் அனைத்துமே நல்லதாக நடக்கும். 'மனம் போல் வாழ்வு' என்பதே சித்தர்களின் கொள்கை.

உயர்ந்த எண்ணங்களும், நல்ல செயல்களுமே மனித குலத்தை உயர்த்தும். சித்தர்களைப் பற்றிய ஆராய்ச்சி என்பது பெரிய கடல் போன்றது. இதில் ஒரு சிறிய துளியை மட்டுமே ஆசிரியர் இயன்ற அளவிற்கு இங்கு விளக்கியுரைத்துள்ளார். சித்தர்கள் கூறிய பல தத்துவங்களும், மருத்துவ முறைகளும் இன்னும் ஆய்வுக்குரியவை. தங்கச் சுரங்கத்திலிருந்து கிட்டும் அரிய பல பொருட்களைப் போலச் சித்தர்களைப் பற்றிய ஆராய்ச்சியினால் மனிதகுல மேம்பாட்டிற்கு உரிய பல அரிய பயனுள்ள தகவல்கள் கிடைத்துக் கொண்டே இருக்கும். இந்த ஆய்வு ஒரு தொடர் நிலையைப் போன்று விரிந்து கொண்டேயிருக்கும்.

கள ஆய்வின் அனுபவங்கள்

"இறையருள் பெற்ற பொதிகைமலைச் சித்தர்கள்" எனும் இந்த நூல் "பொதிகைமலைச் சித்தர்கள்" என்ற தலைப்பில் செய்யப்பட்ட எனது ஆய்வின் தழுவலாகும். இவ்வாய்வின் எல்லை பரந்து விரிந்தது. இருப்பினும் குறுகிய காலத்தில் இறைவனின் அனுகிரகத்தாலும், சித்தர்களின் ஆசியாலும் என்னால் இயன்ற அளவிற்கு ஒரு சில முக்கியமான இடங்களுக்குச் சென்று கள ஆய்வுப் பணியை மேற்கொண்டு தகவல்களைத் திரட்டி இந்நூலை சமர்ப்பித்துள்ளேன்.

முதன் முதலில் ஆய்க்குடி கம்பளி மலையில் உள்ள மஹாலிங்க மலைக்குச் சென்றேன். அங்கு வசிக்கும் திரு. குழந்தை வேலு சுவாமியையைச் சந்தித்துப் பேட்டியெடுத்தேன். இம்மலையிலுள்ள சிறப்பம்சங்களையும் வழிபாட்டு முறைகளையும் மக்களது நம்பிக்கைகளையும் மற்றும் அனுபவங்களையும் அறிந்து கொண்டேன்.

விக்கிரமசிங்கபுரத்தில் உள்ள திரு. சக்தி. பி. சுப்பிரமணியன் 'நெல்லை மாவட்டச் சித்தர்கள்' என்ற நூலை எழுதியுள்ளார். அவரிடமிருந்தும் பல்வேறு கருத்துக்களைக் கலந்து ஆலோசித்துப் பெற்றுக் கொண்டேன்.

'சித்தர் கோட்டம்' என்ற இடம் மத்தளம்பாறை கிராமத்தில் உள்ளது. இங்கு பல சித்தர்கள் பல நூறு ஆண்டுகளாக வந்து செல்கின்றனர் என்ற நம்பிக்கை மக்களிடையே நிலவி வருகின்றது. இங்கு திருமதி. எஸ். சண்முகத்தாய் செல்வநாதன் மற்றும் திரு. செல்வநாதன் என்ற இருவரும் சித்த மருத்துவம் பயின்ற மருத்துவர்களாக உள்ளனர்.

இவர்களை நாடி வருகின்ற அனைத்து மக்களின் மனக்குறைகளையும், உடற்பிணிகளையும் தம்மால் இயன்ற வரையிலும் முயன்று போக்கி வருகின்றனர். பல சித்தர்கள் இங்கு வந்து தங்கியிருந்து தவமியற்றியுள்ளனர் என்று கூறப்படுகின்றது. தினமும் இங்கு சித்தர்கள் பல்வேறு வடிவில் வந்து செல்வதாகவும் மக்கள் நம்புகின்றனர். இங்கிருந்தும் எனக்குப் பல தகவல்கள் கிட்டின.

ஆய்க்குடி ஸ்ரீ பால சுப்பிரமணிய சுவாமி கோவிலின் பின்புறமுள்ள அரச மரத்தில் சித்தர் ஒருவர் முருகனுடன் ஐக்கியமாகி சமாதியானார் என்ற கருத்து நிலவி வருகின்றது. முருகனை வழிபடுவோர் சித்தராகும் தகுதியுடையோர் என்று கூறப்படும் கருத்திற்கு இந்த நிகழ்ச்சி ஒரு நல்ல சான்றாக மக்களால் கூறப்படுகின்றது. சங்கரன் கோவிலில் உள்ள ஸ்ரீ பாம்பாட்டிச் சித்தர் சமாதிக்கும் சென்று பல தகவல்களைச் சேகரித்தேன்.

குற்றாலம் ஐந்தருவி சங்கராஸ்ரமத்திற்குச் சென்று தகவல்களைத் திரட்டினேன். இங்கு தமிழ் மாதம் கடைசி ஞாயிறன்று சித்த வித்யார்த்திகள் பலர் 'சித்தாந்தம்' பற்றி உரையாற்றுகின்றனர். இங்கு அனைத்துத் தரப்பு மக்களுக்கும் ஆண், பெண் வேறுபாடின்றி தியானம், பிராணாயாமம் போன்ற பயிற்சிகள் இலவசமாகக் கற்றுத் தரப்படுகின்றது. வெளியூரிலிருந்து பல்வேறு மக்களும் இங்கு வந்து 'சித்த வித்தை', 'தியானம்' போன்றவற்றைக் கற்றுக் கொள்கின்றனர். இந்த ஆசிரமத்தில் சுவாமி சங்கரானந்தாவின் சமாதி உள்ளது. இந்த ஆசிரமத்தினால் பலரும் பயனடைந்து வருகின்றனர்.

கடையநல்லூரில் வசிக்கும் கரடிச்சித்தர், தென்காசி மட்டப்பா தெருவில் வசிக்கும் மிஸ்டிக் செல்வம், குடியிருப்பில் வசித்து வரும் சித்த வித்தியார்த்தி சிவராமகிருட்டிணன், ஆய்க்குடி ஸ்ரீதர், திருக்குற்றால நாதர் கோவிலில் பணியாற்றி வரும் ஜோதிடர் குளத்துமணி,

குற்றாலம் கணேசன், இலஞ்சியில் வசித்து பல ஆண்டுகட்கு முன்பு மறைந்த சோதிடர் நாராயணரின் குடும்பத்தினர், ஆய்க்குடி கம்பளி மலையில் வசிக்கும் மாடசாமி, சாம்பவர் வடகரையில் உள்ள ஸ்ரீமூலம், டாக்டர். சூரிய நாராயணன் மற்றும் சிலரையும் பேட்டிக் கண்டு தகவல்களைச் சேகரித்தேன்.

ஒரு சிலர் நன்கு ஆர்வத்துடன் பதில் தந்தார்கள். ஆனால், ஒரு சிலரிடம் 'சித்தர்களின் சக்தியும், அற்புத செயல்களும் தேவ ரகசியங்கள்' அவற்றை வெளியிடக் கூடாது என்ற நம்பிக்கையில் அவர்களது அனுபவங்களை நம்மோடு பகிர்ந்து கொள்ள முன் வரவில்லை. இவர்கள் ஒரு சில கருத்துக்களைக் கூறத் தயங்குகின்றனர்.

கரடிச்சித்தர் போன்றோர் தம்மை உலகிற்கு வெளிப்படுத்திப் பிரபலப்படுத்துவதை விரும்பவில்லை. ஆனால், தம்மை நாடி வருவோரின் மனத்துயர்களையும், உடற்பிணிகளையும் இவர்கள் போக்கி வருகின்றனர். கரடிச்சித்தர் என்னிடம் "எனது சீடன் ஒருவனுக்கு ஸ்ரீ கரடி மாடசுவாமியின் அருள் நிறைய இருக்கிறது. அவனை வாழ்த்தி அவனுக்குத் தீட்சை கொடுத்து, நீ பிற்காலத்தில் மிகவும் பெரிய மனிதனாவாய் என்று கூறினேன். அதுபோலவே நடந்தது. ஆனால் நான் அவனிடம் முன்பிருந்தே ஒன்றை எச்சரித்தேன். ஏழை எளிய பாமர மக்களுக்கு உதவுவதற்காகவே கடவுள் நமக்கு அற்புதமான சக்தியைத் தந்துள்ளார். ஆனால் நீ அவற்றைப் பயன்படுத்தி எப்போது அதிக அளவு பணம் சேர்த்து அதை வியாபாரம் ஆக்குகிறாயோ, அப்போது அது உன்னை வீழ்த்திவிடும் என்றேன். அதுபோலவே தற்போது நடந்துவிட்டது. நல்லதை நினைத்து அனைவருக்கும் உதவி செய்தால் அனைவருமே நலமாக வாழ முடியும். சரியான சமயத்தில் தான் நீ இந்த ஆராய்ச்சியைச் செய்கிறாய். இவ்வாய்வு உன்னையும்

உன்னைச் சுற்றி உள்ளவர்களையும் மேம்படுத்தும்." என்று கூறி என்னை வாழ்த்தினார்.

இந்த ஆய்வைத் துவங்கும் போது எனக்குப் பலவகையிலும் இடையூறுகள் ஏற்பட்டன. அதாவது, பலர் 80 வயதில் செய்ய வேண்டியதை, நினைக்க வேண்டியதை இப்போதே நினைக்கிறாயே? என்றும், நீயும் சித்தராகவே மாறிவிடாதே என்றெல்லாம் பேசினார்கள். ஆனால், அதே சமயத்தில் வேறு சிலர், "இந்த ஆய்வைச் செய்யும் உனக்கு தெய்வபலம் நிறைய இருக்கிறது. உன்னால் எதுவும் முடியும்" என்று கூறினார்கள். நான் எதையும் பொருட்படுத்தவே இல்லை. இருப்பினும், ஆய்வின் வழிகாட்டியான எனது ஆசிரியரின் நல்ல வழிகாட்டுதலாலும், பெற்றோரின் ஆதரவாலும், பிற அறிஞர் பெருமக்களின் உதவியாலும், எல்லாவற்றிற்கும் மேலாக இறையருளினாலும் பல பயனுள்ள தகவல்கள் எனக்குக் கிட்டியதால் தான் என்னால் இயன்ற அளவிற்கு இந்த ஆய்வை எழுதி முடிக்க முடிந்ததென்று பணிவுடன் தெரிவித்துக் கொள்கிறேன்.

— ஆசிரியர் திருமதி. ரெ. கோமதி லெட்சுமி @ ஹேமா

சித்தர் குடும்பம்

சித்தர்களில் நந்தீசர்க் கெட்டுப் பெண்டிர்

சிறந்த மக்கள் ஈரெட்டு பெண்ணொன்று

நந்தீ மச்சர் தனக்குப் பத்துப் பெண்டிர் செய்தான் நூறு

சட்டை முனிவர்க்கிவர் போல்மனைவி மைந்தர்

வித்தகமா மகப்பையர்க்கே மாதர் பத்து

விளங்கிடச் சேய் நூற்றிபதாகும் ஆகும்

பக்தியுள்ள பாம்பாட்டிக் கீறார் மங்கை

பாலர்களும் நூற்றி நாற்பத்து நான்கே

நான்கு எட்டும் இடைக்காடர்க்காகும் மாதர்

மக்கள் தொண்ணூற்றறுவர் அழுகண்ணிக்கிவ்வாறு

பான்மையும் குதம்பைக்கே பத்தும் ஆறும்

பாலர் நூற்றாறு பத்து தன்வந்திரிக்கிவர் போல்

மேம்படுவான் மீகர்க்கைந்து உயர்சேய் நூறு

இராமதேவர்க்கிவரை விட ரெட்டிப் பொவ்வல்

மாந்தளிர் கொங்கணர்க்காறு அறுபது சேய்

கருவூரார்க்கி வரினிலே யிருபங்குண்டு

உண்டரிய சுந்தரர்க்கு மாது ஏழ் பேர்

எண்பதின் நால்வர் மக்கள் திறமை ஏற்றும்

திறமுடைய திருமூலர்க் கென்பதாகும்

தொண்ணூறு மைந்தர்களும் உதிப்புத்தீர்கம்

கண்ணியமாம் போகருக்குப் பெண்டு பிள்ளை

காசினியில் பலவாகும் கணக்கேயில்லை

நண்ணுமந்த அகத்தியர்க்குப் பாவை பத்து

நாட்டிடும் சேய் நூற்றறுபதாகும் மேலாய்

ஆய்ந்திட மெய்க் கோரக்கன் என்றனுக்கே

ஐந்து பெண்டு அறுபது சேய் விளக்கம் உண்மை

மாய்ந்திடாது இவ்விதமாய் பதினெண் பேர்கள்

மனைவி மக்களுடன் வாழ்க்கை பேரன்பேர்த்தி

தோய்ந்திடவே இருந்தேற்றுக் காலன் தானும்

தொடர்ந்திடாது நீடூழிக் காலம் பெற்றோம்

வாய்ந்த உமை அரன் பாகத் தமுது உண்டே

வயங்கு புலிக்குகைப் பொதிகை எங்கள் வாழ்வே

கோரக்கர் அருளிய முத்தாரம் – ஏல் சித்தர்கள் குடும்பம் பற்றிக் கூறும் இந்த நான்கு பாடல்களும் காணப்படுகின்றன.

துணை நூற்பட்டியல்

1. அவ்வையார், "விநாயாகர் அகவல்", ஸ்ரீ ராமகிருஷ்ண தபோவனம், திருப்பாராயத்துறை - 639115, திருச்சி மாவட்டம், 1994.

2. கணேசன், பி. சி., "சித்தர்கள் கண்ட தத்துவங்கள்", பதிப்பாசிரியர் வி.கரு.இராமநாதன், ஸ்ரீ இந்து பப்ளிகேஷன்ஸ், 2, முத்துக்கிருஷ்ணன் தெரு, த. பெ.எண்:1040, பாண்டி பசார், தியாகராய நகர், சென்னை – 600017, முதற்பதிப்பு – ஜூலை 1999.

3. கோரக்கர், "கோரக்கர் மலை வாகடம்", (ப.ஆ) எஸ்.பி. ராமச்சந்திரன், தாமரை பதிப்பகம், முதற்பதிப்பு ஏப்ரல் - 1994.

4. சனார்த்தனர், வி., "ஐந்தருவிச் சித்தர்", வெளியீடு, சங்கராசிரமம், ஐந்தருவி, குற்றாலம் -627 802.

5. சனக குமாரி, டி. எஸ்., "இயற்கை தரும் இன் மருந்துகள்", ஆசிரியர் டாக்டர். இ. ஸ்ரீநிவாசன், IMP Corps, சென்னை – 600020, 31, சோலையப்ப முதலி தெரு, சென்னை – 600004, முதற்பதிப்பு – 1979.

6. சாந்தானந்த ஸ்வாமிகள், "ஸ்கந்தகுரு கவசம்", குமரி பதிப்பகம், 8, நீலா தெற்கு வீதி, நாகப்பட்டிணம் - 611001, முதற்பதிப்பு - மே 1996.

7. ஜான் சாமுவேல், ஜி., "பண்பாட்டுப் பயணங்கள்", டாக்டர்.ஜி. ஜான் சாமுவேல், ஆய்வுத் திட்ட இயக்குநர், முதன்மை பதிப்பாசிரியர், தமிழ் இலக்கியக் களஞ்சியம், ஆசியவியல் ஆய்வு நிறுவனம், சென்னை – 600041, முதற்பதிப்பு – ஜூலை 1989.

8. சிவவாக்கியர், "சித்தர் பாடல்கள்", கழக இலக்கியச் செம்மல், புலவர் இரா.இளங்குமரன் அவர்கள், ஆராய்ச்சி முன்னுரையுடன், திருநெல்வேலி, தென்னிந்திய சைவ சித்தா நூற்பதிப்பு கழகம் லிமிடெட், 79, பிரகாசம் சாலை (பிராட்வே), சென்னை – 108, முதற்பதிப்பு – அக்.1984.

9. சுப்பிரமணியன், ச.வே.சு., "தொல்காப்பியத் தெளிவுரை", மணிவாசகர் பதிப்பகம், சென்னை, பதிப்பு – 1999.

10. சுப்பிரமணியன், பி., "நெல்லை மாவட்ட சித்தர்கள்", திருநெல்வேலி, தென்னிந்திய சைவ சித்தாந்த நூற்பதிப்புக் கழகம் லிட், 154, டி.டி.கே. சாலை, ஆழ்வார்பேட்டை, சென்னை - 18, கழக வெளியீடு - 1944, முதற்பதிப்பு – நவம்பர் 1995.

11. சுந்தரர், "தேவாரப்பதிகங்கள்", ஏழாம் திருமுறை, சைவ சித்தாந்த மகாசமாஜம், 150, கோவிந்த நாயக்கன் தெரு, சென்னை, முதற்பதிப்பு - 1929.

12. தாயுமானவர், "தாயுமானவர் பாடல்கள்", (ப.ஆ) முனைவர் ச.மெய்யப்பன், மணிவாசகர் பதிப்பகம், 8 / 7, சிங்கர் தெரு, பாரி முனை, சென்னை – 600108, மறுபதிப்பு – 1994.

13. திருமூலர், "திருமந்திரம்", ஸ்ரீ குமரகுருபரன் சங்கம், ஸ்ரீ வைகுண்டம், கீலக ஆண்டு, திருமூலர் திருநாள் 4.11.1968.

14. திருவள்ளுவர், "திருக்குறள்", கழக வெளியீடு, திருநெல்வேலி, தென்னிந்திய சைவ சித்தா நூற்பதிப்பு கழகம் லிட், 79, பிரகாசம் சாலை (பிராட்வே), சென்னை-1, நான்காம் பதிப்பு பிப்ரவரி – 1999.

15. திரிகூடராசப்பக் கவிராயர், "திருக்குற்றால குறவஞ்சி", புலியூர் கேசிகன் தெளிவுரையுடன், பாரி நிலையம் 18, பிராட்வே, சென்னை - 600018, முதற்பதிப்பு – ஏப்ரல், 1960.

16. நக்கீரர், "திருமுருகாற்றுப்படை", (உ.ஆ) பொ.கா. ஷண்முகநாதன், திண்டுக்கல், திருச்செந்தூர் ஸ்ரீ சுப்பிரமணிய சுவாமி தேவஸ்தான வெளியீடு, முதற்பதிப்பு - 1967.

17. நஜன், "சித்தர்கள் காட்டிய யோக நெறி", பிரதிபா பிரசுரம், பிரசுரித்தவர் என்.லலிதாம்பாள், 39, ஆடம் தெரு, மயிலாப்பூர், சென்னை - 600004, முதற்பதிப்பு ஆகஸ்ட் - 1994.

18. பச்சைமால், கு., "கன்னியாகுமரி சித்தர்கள்", தமிழாலயம் வெளியீடு, தமிழாலயம் 119, சிதம்பர நகர், நாகர்கோவில் – 629002, முதற்பதிப்பு, ஆகஸ்ட் - 1991.

19. பரசுராமன், பி. என்., "சித்தர்கள் சரித்திரம்", ஜெனரல் பப்ளிகேஷன்ஸ், 8, வி.ஸி கார்டன் 2-வது தெரு, முதல் மாடி, மந்தைவெளி, சென்னை - 600028, மூன்றாம் பதிப்பு – 2000.

20. புனிதா, மா (ப.ஆ), "தேரையர் அந்தாதி", உலகத் தமிழாராய்ச்சி நிறுவனம், சி.ஐ.டி.வளாகம், தரமணி, சென்னை - 600113, முதற்பதிப்பு – மார்ச் 1995.

21. மகாதேவன், கி. (ப.ஆ), "சித்தர் கண்ட செம்பொருள்", கண்ணன், இரா. (ப.ஆ) நான்காவது தமிழ் சித்தர் கருத்தரங்கு, மேல்மருவத்தூர், சுயம்பு அருள்மிகு ஆதிபராசக்தி, சித்தர் வழிபாட்டு மன்றங்கள் (மதுரை, காமராசர். முகவை, முத்துராமலிங்கம் மாவட்டங்கள்), மதுரை – மே 1986.

22. மாணிக்கவாசகர் (ஞா.தொ.ஆ), "சித்தர் பாடல்கள்", (ப.ஆ) இராமலெட்சுமணன், உமா பதிப்பகம், 58, செட்டித் தெரு, முதற்பதிப்பு -டிசம்பர் 1995.

23. மாணிக்க வாசகம், இரா., "சித்தர்கள் சொன்னவை", பதிப்பாளர் – அன்னை அபிராமி, அருள் 9. செல்லம்மாள் தெரு, செனாய் நகர், சென்னை – 600 030, முதற்பதிப்பு - ஜூலை 1985.

24. மிஸ்டிக் செல்வம், "ஆன்மீகத் திறவுகோல்", புத்தக வெளியீட்டாளர், பதிப்பாளர், ஸ்ரீவராகி பிரிண்டர்ஸ், ஆழ்வார் பிளாட்ஸ், 150, ஆழ்வார் பேட்டை தெரு, ஆழ்வார் பேட்டை, சென்னை – 600018, முதற்பதிப்பு – 2001.

25. முருகேசன், சி.எஸ், "சித்தர்களின் மந்திரக் கலை", குறிஞ்சிப் பதிப்பகம், 20-ஏ, ஆசிரியர் சங்க குடியிருப்பு, வில்லிவாக்கம், சென்னை – 600049, முதற்பதிப்பு – அக்டோபர் 2000.

26. ராமானுஜம் சுவாமிகள், தொ. ஆ., "பார் புகழும் பாம்பாட்டிச் சித்தர் வரலாறு", சங்கரன் கோவில் வெளியீடு, ஸ்ரீபாம்பாட்டிச் சித்தர் சேவா சமாஜ், 27 – அ, வடக்கு சித்திர வீதி, மதுரை, முதற்பதிப்பு – ஜூலை 1996.

27. "புறநானூறு", புலியூர் கேசிகன் தெளிவுரை, அருணா பப்ளிகேஷன்ஸ், தியாகராய நகர், சென்னை – 600017, முதற்பதிப்பு – ஜனவரி 1958.

www.ingramcontent.com/pod-product-compliance
Lightning Source LLC
Chambersburg PA
CBHW021008180726

47993CB00019B/2058